ഓർമ്മ

മഴവില്ലിനു പുറകെ

റെജി കളത്തിൽ

ഗ്രീൻ ബുക്സ്

green books private limited
gb building, civil lane road, ayyanthole,
thrissur- 680 003, kerala, ph: +91 487-2381066, 2381039
website: www.greenbooksindia.com
e-mail: info@greenbooksindia.com

branches:
thrissur 0487-2422515
thiruvananthapuram 0471-2335301
calicut 0495 4854662

malayalam
mazhavillinu purake
memoirs
by
regi kalathil

published september 2023

cover design : malavika kalathil

printed in india
manipal technologies ltd

isbn : 978-81-19486-72-4

₹ 160.00
GBPL/1319/2023

ഉള്ളടക്കം

ആമുഖം

മനസ്സിനെന്നും ഒരേ പ്രായമാണ്. നിഷ്കളങ്കമായ ബാല്യം എന്നു വേണമെങ്കിൽ പറയാം. ഓർമ്മകളിലൂടെ സഞ്ചരിക്കുമ്പോൾ നമുക്കതു ബോധ്യപ്പെടും. ഓർമ്മകളെനിക്കെന്നും പ്രിയപ്പെട്ടതാണ്. എത്ര മാനസിക സമ്മർദ്ദങ്ങളിലൂടെയും പിരിമുറുക്കങ്ങളിലൂടെയും സന്തോഷസന്താപങ്ങളിലൂടെയും യഥാർത്ഥ ജീവിതം കടന്നുപോയാലും ജീവിതത്തിലെ ഓരോ ഏടുകളും ഓർമ്മിച്ചെടുക്കുമ്പോൾ, ചുണ്ടിലൊരു പുഞ്ചിരി വിരിയുന്നത് കാണാം. ആ പുഞ്ചിരികൾ ശേഖരിച്ചു താളുകളിലാക്കിയതാണീ പുസ്തകം.

ഓർമ്മകൾക്ക് മറ്റൊരു പ്രത്യേകത കൂടിയുണ്ട്. ഒരിക്കൽ തിരി കൊളുത്തിയാൽ മനസ്സിലെ മാലപ്പടക്കം അനുസ്യൂതം പൊട്ടിക്കൊണ്ടേയിരിക്കും. അതുകൊണ്ട് ഈ പുസ്തകം ഒരു തുടക്കമായി കാണാനാണ് എനിക്കിഷ്ടം.

എന്റെ ജീവിതത്തിലെ കൊച്ചു കൊച്ചു സന്തോഷങ്ങൾക്ക് ഞാൻ പഠിച്ചിരുന്ന വിദ്യാലയങ്ങളോട് ഏറെ കടപ്പെട്ടിരിക്കുന്നു. വിദ്യാലയങ്ങളിൽ നിന്ന് ലഭിച്ച മാർക്കുകളേക്കാൾ പ്രിയപ്പെട്ടത്, ഇന്നും അണയാതെ നിൽക്കുന്ന സൗഹൃദങ്ങളാണ്. ലോകമെമ്പാടും വ്യാപിച്ചു കിടക്കുന്ന സുഹൃദ്ബന്ധങ്ങളാണ് വിദ്യാലയങ്ങൾ എനിക്ക് നൽകിയ സമ്പത്ത്.

എന്റെ ഓർമ്മക്കുറിപ്പുകളിലൂടെ കടന്നുപോകുമ്പോൾ, നിങ്ങൾക്കും എന്നോടൊപ്പം കൂടാൻ കഴിയുന്നുണ്ടെങ്കിൽ, എന്റെ കുസൃതികൾ നിങ്ങളുടെയും

കുസൃതികളായി തോന്നുന്നുണ്ടെങ്കിൽ, എന്റെ സന്തോഷങ്ങൾ നിങ്ങളുടെയും സന്തോഷങ്ങളായി ആഘോഷിക്കാമെങ്കിൽ, എന്റെ ചിന്തകൾ നിങ്ങളുടേയും ചിന്തകളായി തീരുന്നുണ്ടെങ്കിൽ ഞാൻ ധന്യനായി.

സ്നേഹപൂർവ്വം,

റെജി കളത്തിൽ

അവതാരിക

ഒരു മിന്നായംപോലെ

സി. രാധാകൃഷ്ണൻ

ഇത് ഏതാനും ഓർമ്മകളുടെ ഒരു കൊച്ചു പുസ്തകം ആണ്. ചില ഇടിമിന്നലുകളിൽ സംഭവിക്കുന്നപോലെ. ശബ്ദം ഇങ്ങെത്താത്ത അത്ര അകലെയാണ് അവ നടക്കുന്നത്. പക്ഷേ പ്രകാശം നമുക്ക് ചിലത് കാട്ടിത്തരുന്നു.

വൈദ്യകുലത്തിൽ ജനിച്ച ഒരാളെ കാലം ഒരു എഞ്ചിനീയർ ആക്കി മാറ്റുന്നത് ഏതൊക്കെ വഴിത്തിരിവുകളിലൂടെയാണോ അതൊക്കെയാണ് നാം കാണുന്നത്. കൗതുകകരങ്ങളായ ഈ ചടുലദൃശ്യങ്ങൾ, അനുഭവങ്ങളുടെ സമാനതകൊണ്ട് പലർക്കും വളരെ ഹൃദ്യമായി തോന്നും. തൃശ്ശൂരും പരിസരവുമാണ് മുഖ്യരംഗവേദി. ആ ഭൂപ്രദേശത്ത് ജനിച്ചു വളർന്നവർക്ക് പ്രത്യേകമായി താൽപര്യവും ഉണ്ടാവും.

താൻപോരിമ പറയാൻ ഒരു ശ്രമവുമില്ല എന്നത് ആസ്വാദ്യത വർദ്ധിപ്പിക്കുന്നു. നർമ്മം രുചിക്കൂടുതലിന് കാരണമായും തീരുന്നു.

ഭാഷ സരളവും ഋജുവും ആണ്. ഒരു ആത്മാർത്ഥ സുഹൃത്തിനോട് പറയുന്നപോലെയാണ് മൊത്തം അവതരണം. അതിനാൽ, പാരായണക്ഷമതയ്ക്ക് സൗഹൃദഭാവത്തിന്റെ തിളക്കംകൂടി കിട്ടുന്നു.

ചുരുക്കത്തിൽ ഞാൻ എഴുതിയാൽ എങ്ങനെയിരിക്കും എന്ന് ചോദ്യമാണ് റെജി കേരളീയ വായനാസമൂഹത്തിനു മുന്നിൽ അവതരിപ്പിക്കുന്നത്. തീർച്ചയായും

നന്നായിരിക്കും എന്ന് പറയാൻ രണ്ടാമതൊന്ന് ആലോചിക്കേണ്ടതില്ല എന്നാണ് എനിക്ക് തോന്നുന്നത്.

കോട്ടയ്ക്കൽ ആര്യവൈദ്യശാലയിൽ വച്ചാണ് ഞാൻ പരിചയപ്പെട്ടത്. എനിക്ക് തൊട്ടു പിന്നാലെ വരുന്ന തലമുറയുടെ അനുഭവങ്ങൾ ധാരാളമുണ്ട് അദ്ദേഹത്തിന്. അതിൽനിന്ന് ഉരുവപ്പെടുന്ന സാഹിത്യകൃതികൾ നമുക്ക് ധാരാളമായി ആവശ്യമാണല്ലോ. അവ രചിക്കുന്നത് ഇത്തിരി വെട്ടം മാത്രം കണ്ടവരായാൽ പോരാതാനും. കടന്നിരിക്കാൻ തനിക്ക് അർഹതയുണ്ടെന്ന് തെളിയിക്കുകയാണ് റെജി. അനിയന് സ്വാഗതം!

■

ആശംസ

ആർ.കെ. രവി

തൃശ്ശൂർ ജില്ലയിലെ അന്തിക്കാട്, പടിയം ഗ്രാമത്തിൽ കളത്തിൽ വിശ്വംഭരൻ വൈദ്യരുടെയും മിനി ടീച്ചറുടേയും സീമന്തപുത്രനായി ജനനം. കണ്ടശ്ശാംകടവ് പ്രൊഫസർ ജോസഫ് മുണ്ടശ്ശേരി സ്മാരക ഹയർ സെക്കണ്ടറി സ്കൂളിലും തൃശ്ശൂർ മോഡൽ സ്കൂളിലും ആയി പ്രാഥമിക വിദ്യാഭ്യാസം. പന്ത്രണ്ടാം വയസ്സിൽ കേന്ദ്ര സർക്കാരിന്റെ റെസിഡൻഷ്യൽ സ്കൂളുകളിൽ പഠിക്കാനുള്ള പ്രത്യേക മെറിറ്റ് സ്കോളർഷിപ്പിന് അർഹത നേടി, തിരുവനന്തപുരം ലയോള സ്കൂളിൽനിന്ന് ശേഷിച്ച സ്കൂൾ വിദ്യാഭ്യാസം പൂർത്തിയാക്കി. പിന്നീട് തൃശ്ശൂർ ശ്രീ കേരള വർമ്മ കോളേജിൽനിന്ന് പ്രീഡിഗ്രിയും. തൃശ്ശൂർ എഞ്ചിനീയറിങ് കോളേജിൽനിന്ന് പ്രൊഡക്ഷൻ ഐച്ഛിക വിഷയമായെടുത്ത് ബി ടെക്കും പാസ്സായി.

അതിനുശേഷം 1989ൽ മുംബൈയിൽ നിന്നാരംഭിച്ച പ്രവാസ ജീവിതം ഇന്നും തുടർന്നുകൊണ്ടേയിരിക്കുന്നു. സഹധർമ്മിണി പ്രസന്നകുമാരിയോടൊപ്പം മസ്കറ്റ്, ഒമാനിൽ ആണ് ഇപ്പോൾ ജോലിയും താമസവും. പ്രസന്നകുമാരിയും മസ്കറ്റിൽ ഇലക്ട്രിക്കൽ എഞ്ചിനീയർ ആയി ജോലി ചെയ്യുന്നു.

മക്കൾ രണ്ടു പേർ. മകൻ ദർശൻ. ന്യൂ ഡൽഹിയിൽ ചിക്കാഗോ യൂണിവേഴ്സിറ്റി ട്രസ്റ്റിൽ ഉദ്യോഗസ്ഥൻ. മകൾ ദേവിക. മുംബൈയിൽ സൈബർ ടെക് എന്ന കമ്പനിയിൽ ഉദ്യോഗസ്ഥ.

സ്കൂൾ കാലഘട്ടം മുതൽ ബാസ്കറ്റ്ബോൾ കളിയിലും അത്‌ലറ്റിക്സിലും മികവു പുലർത്തി വന്നു. വായനയിലും കൊച്ചു കൊച്ചു എഴുത്തുകളിലും എല്ലാക്കാലത്തും സന്തോഷം കണ്ടെത്തിയിരുന്നു. മസ്കറ്റിലും ലോകത്തെ മ്പാടുമുള്ള കേരള എഞ്ചിനീയേഴ്സിന്റെ കൂട്ടായ്മകളിലും സജീവ സാന്നിദ്ധ്യം.

ടോസ്റ്റ്മാസ്റ്റേഴ്സ് ഇന്റർനാഷണൽ എന്ന ആഗോള സംഘ ടനയിൽ ഡിസ്റ്റിംഗുഷ്ഡ് ടോസ്റ്റ്മാസ്റ്റർ ആണ്. യുവതല മുറയിലെ കുട്ടികൾക്കായുള്ള ഈ സംഘടനയുടെ നേതൃത്വ പരിശീലന പ്രവർത്തനങ്ങളിൽ ഏറെ സജീവ മാണ്. ഫോട്ടോഗ്രാഫി, വായന, എഴുത്ത്, യാത്രകൾ, സാമൂഹ്യ പ്രവർത്തനങ്ങൾ ഇതൊക്കെയാണ് ഒഴിവു സമയ താല്പര്യങ്ങൾ.

ഓർമ്മകളിലൂടെയുള്ള ഈ സഞ്ചാരം റെജിയുടെ ജീവിത ത്തിലെ സത്യസന്ധമായ അവതരണമാണ്. സ്കൂൾ കോളേജ് പഠനകാലത്തെ അനുഭവങ്ങളേയും സുഹൃ ത്തുക്കളേയും തമാശ കലർന്ന മാസ്മരികതയുടെ പരിവേഷം നല്കി മനസ്സിന്റെ മായച്ചെപ്പിൽ സൂക്ഷിച്ചിരു ന്നുവെന്നത് എന്നെ അത്ഭുതപ്പെടുത്തുന്നു. വിദ്യാഭ്യാസ ക്കാലത്തിനുശേഷം റെജി നടത്തുന്ന യാത്രകളുടെ വിവരണങ്ങളിൽ പാലക്കാട്ടും ഹിമാലയസാനുക്കളും പെരുവനം ഗ്രാമവും തൃപ്രയാർ ക്ഷേത്രവും ഒരു നവ്യ മായ വായനാനുഭവമായി മാറുന്നു. തൃശ്ശൂർ എഞ്ചിനീ യറിങ്ങ് കോളേജായാലും ഹിമാലയത്തിലേക്കുള്ള യാത്രയായാലും എല്ലാത്തിലും നിറസാന്നിദ്ധ്യമായി റെജി കൂടെയുണ്ടെങ്കിലും മാറി നിന്ന് അതെല്ലാം തമാശ രൂപത്തിൽ കണ്ടാസ്വദിക്കുന്ന തരത്തിൽ രേഖപ്പെടുത്തി യിട്ടുള്ളതാണ് ഈ അനുഭവങ്ങൾ.

റെജിക്ക് ആശംസകൾ. ■

മഴവില്ലിനു പുറകെ

മഴവില്ലിനു പുറകെ

"കുട്ടീ, നീ ജീവിതത്തിൽ എന്തായിത്തീരാൻ ആഗ്രഹിക്കുന്നു?" ഏകദേശം 50 വർഷം മുമ്പ് അഞ്ച് വയസ്സുള്ള ഒരു ഗ്രാമീണ ബാലനോടായിരുന്നു ചോദ്യം. ഒട്ടും ആലോചിക്കേണ്ടി വന്നില്ല അവനുത്തരം പറയുവാൻ,

"എനിക്ക് ഒരു ഡ്രൈവർ ആകണം, പർവതങ്ങൾക്ക് മുകളിലൂടെ മഴവില്ലിന്റെ നാട്ടിലേക്ക് വിമാനം പറത്താൻ കഴിയുന്ന മിടുക്കനായ ഒരു ഡ്രൈവർ."

ആ അഞ്ചു വയസ്സുകാരനാണ് ഇപ്പോൾ നിങ്ങളുടെ മുന്നിൽ തന്റെ മഴവില്ല് കാലങ്ങളിലൂടെയുള്ള യാത്രയുടെ നിറമുള്ള ഓർമ്മകൾ പറയാനെത്തിയിരിക്കുന്നത്.

ഒരിക്കൽ ഞാനെഴുതിയ ഗൃഹാതുരത്വം നിറഞ്ഞ ഒരു കഥ വായിച്ചതിനുശേഷം എന്റെ സുഹൃത്ത് പറഞ്ഞു,

"റെജീ, നിനക്ക് വയസ്സായി. ഇത്തരം ഓർമ്മകളൊക്കെ പ്രായമാകുമ്പോഴാണ് പുറത്തു വരുന്നത്."

പക്ഷേ, നമ്മുടെ വാർദ്ധക്യ പ്രക്രിയയെ മാറ്റിമറിക്കാനുതകുന്ന ഒരു അനുഗ്രഹമായിട്ടാണ് വ്യക്തിപരമായി ഗൃഹാതുരത്വത്തെ കാണുന്നത്. ഓർമ്മകൾ തിരികെ വരുമ്പോൾ, മനസ്സ് പുതിയതും ചെറുപ്പവുമായി ഭവിക്കുന്നു. ആ ഓർമ്മകൾക്കല്പം സർഗാത്മകതയുടെ നിറം ചേർക്കാനായാൽ, മഴവില്ലുകൾ നമ്മെ നോക്കി പുഞ്ചിരിക്കുന്നത് കാണാം.

അടുത്തിടെ കണ്ടശ്ശാംകടവിലെ സേക്രഡ് ഹാർട്ട് കോൺവെന്റ് സ്കൂളിന്റെ ഫോട്ടോ ആരുടെയോ മുഖപുസ്തക പേജിൽ കാണാനിടയായി. പതിവുപോലെ, ആദ്യം മനസ്സിലേക്ക് ഓടിയെത്തിയ വാക്കുകളിൽ, ഞാൻ അതിനൊരു അടിക്കുറിപ്പും എഴുതിയിട്ടു,

"ഇതാണെന്റെ ആദ്യത്തെ സ്കൂൾ."

സേക്രഡ് ഹാർട്ട് കോൺവെന്റ് കണ്ടശ്ശാംകടവ്

അടുത്ത ദിവസം ഞാൻ വീണ്ടും ഫെയ്സ്ബുക്ക് പേജ് സന്ദർശിച്ചപ്പോൾ അവിടെ വലിയ ചർച്ച നടക്കുന്നു:

“പെൺകുട്ടികൾക്കുള്ള കോൺവെന്റ് സ്കൂളിൽ റെജിക്ക് എന്ത് കാര്യം?”

പേരുപോലെത്തന്നെ റെജി ഒരു പെൺകുട്ടി ആയിരുന്നോ എന്ന് സംശയിക്കുന്ന രീതിയിൽവരെയുള്ള ചർച്ചകൾ അവിടെ സജീവമായി നടക്കുന്നുണ്ടായിരുന്നു. അക്കാലത്തു കോൺവെന്റിന്റെ മതിൽക്കെട്ടിനുള്ളിൽ ആൺകുട്ടികൾക്കും പ്രവേശനം നൽകിയിരുന്ന ഒരു അങ്കണവാടി നിലവിലുണ്ടായിരുന്ന വസ്തുത എന്റെ ഫെയ്സ്ബുക്ക് സുഹൃത്തുക്കളോട് വിശദീകരിക്കാൻ ബുദ്ധിമുട്ടേണ്ടി വന്നു. ആ ആദ്യസ്കൂളിലെ സഹപാഠികളെ ആരെയും ഇന്ന് ഓർക്കുന്നില്ല. പക്ഷേ, ഞങ്ങൾക്കായി ഒരുപാട് പാട്ടുകൾ പാടിത്തന്നിരുന്ന സിസ്റ്റർ ജോവിറ്റ എന്ന കന്യാസ്ത്രീയെക്കുറിച്ചുള്ള നിറമുള്ള ഓർമ്മകൾ എനിക്കിന്നുമുണ്ട്.

സംഗീതത്തോടുള്ള എന്റെ പ്രണയത്തിന് ചിറകു മുളച്ചത് ആ ചെറിയ സ്കൂളിൽ നിന്നായിരുന്നു. അതായിരുന്നു എന്റെ ജീവിതത്തിലെ ആദ്യത്തെ മഴവില്ലിനോടൊത്തുള്ള യാത്ര.

അടുത്ത വർഷം ഞങ്ങളുടെ ഗ്രാമത്തിലെ വലിയ സർക്കാർ വിദ്യാലയമായ കണ്ടശ്ശാംകടവ് ഗവൺമെന്റ് ഹൈസ്കൂളിൽ ചേർന്നു. (ഇന്നത്തെ പ്രൊഫസർ ജോസഫ് മുണ്ടശ്ശേരി സ്മാരക ഹയർ സെക്കണ്ടറി സ്കൂൾ). ആദ്യദിവസം തന്നെ ഞങ്ങളുടെ അദ്ധ്യാപകൻ ലോനപ്പൻ മാസ്റ്ററുടെ ഇടതുചെവിയിൽ ഒരു ദ്വാരം ഞാൻ കണ്ടെത്തി. അന്ന് നാലുമണിവരെ അക്ഷമയോടെ കാത്തിരുന്ന ഞാൻ വീട്ടിലെത്തിയപ്പോൾ, ലോനപ്പൻമാഷുടെ ചെവിയിലെ ദ്വാരത്തിലൂടെ ആകാശത്ത് മഴവില്ല് കണ്ട കാര്യം അമ്മയോട് പറഞ്ഞു. മാഷുടെ ചെവിയിലൊരു ദ്വാരമുണ്ടായിരുന്നത് സത്യം. അതിലൂടെ ഒരു മഴവില്ല് കണ്ടത് എന്റെ ആദ്യത്തെ സർഗ്ഗാത്മക ചിന്തയായിരുന്നു. പച്ചമലയാളത്തിൽ പൊടിപ്പും തൊങ്ങലും എന്നു പറയും.

ഈ വലിയ സ്കൂൾ എന്റെ വീടിനടുത്തായിരുന്നു. പക്ഷേ, ഞങ്ങൾ അവിടെ എത്താൻ കുറഞ്ഞത് ഒരു മണിക്കൂറെങ്കിലും നടക്കുമായിരുന്നു, പ്രത്യേകിച്ച് മഴക്കാലത്ത്. അന്നും എന്നും ഞാൻ മഴയെ ഒരുപാട് സ്നേഹിച്ചിരുന്നു. മഴ പെയ്യുമ്പോൾ നെൽപ്പാടങ്ങളിലെ തണുത്ത നീരൊഴുക്കുകളിലൂടെ ഛന്നംപിന്നം വെള്ളം തെറിപ്പിച്ചു നടക്കുന്നതിന്റെ സുഖം ഇപ്പോഴും കാലിന്റെ വിരൽത്തുമ്പുകളിൽ ഉണ്ട്. ഞങ്ങൾ പുസ്തകങ്ങൾ കൊണ്ടുപോയിരുന്നു സഞ്ചിയിൽ ചെറിയ കുപ്പികൾ, വീട്ടുകാരറിയാതെ കരുതുമായിരുന്നു. സ്കൂളിൽ എത്തുമ്പോഴേക്കും ഈ ചില്ലുകുപ്പികളിൽ തോട്ടിൽ നിന്ന് പിടിക്കുന്ന ചെറുമീനുകൾ നിറയുമായിരുന്നു. പുസ്തകസഞ്ചികളിൽ കരുതലോടെ ഒളിപ്പിച്ചുവെക്കാറുള്ള, ഞങ്ങളുടെ അമൂല്യമായ മീൻശേഖരത്തെക്കുറിച്ച് ലോനപ്പൻ മാസ്റ്റർക്ക് അറിയാമായിരുന്നു. പക്ഷേ ഒരിക്കൽപോലും അത് പറഞ്ഞു മാഷ് ബഹളമുണ്ടാക്കിയിട്ടില്ല. ഒരുപക്ഷേ, കുട്ടിക്കാലത്ത് മാഷും മീനുകളെ പിടിച്ചു വളർത്തിയിട്ടുണ്ടായിരുന്നിരിക്കാം. സ്കൂളിലേക്കുള്ള ഞങ്ങളുടെ ഉല്ലാസയാത്രയിൽ എപ്പോഴെങ്കിലും ഒരു മഴവില്ല് കണ്ടാൽ ഞങ്ങൾ ആർപ്പു വിളിച്ച് ആഘോഷിക്കുമായിരുന്നു. പിന്നീട് ആ മഴവില്ലുകളെ പിന്തുടർന്നാണ് ഞങ്ങൾ സ്കൂളിലേക്ക് പോയിരുന്നത്.

രണ്ടാംക്ലാസ്സിൽ സീത എന്ന സുന്ദരിയായ ടീച്ചർ ഞങ്ങളുടെ അദ്ധ്യാപികയായി വന്നു. ആ വർഷം ഞങ്ങളുടെ വികൃതിയും ടീച്ചറുടെ കാർക്കശ്യവും ഒരേപോലെ വളർന്നു. മീൻ പിടിക്കാനുള്ള ഞങ്ങളുടെ താൽപര്യം കുറഞ്ഞു. ശ്രദ്ധ മറ്റുള്ള മേഖലകളിലേക്ക് വളർന്നു. വെള്ളിയാഴ്ചകളിൽ രണ്ടു മണിക്കൂർ നേരത്തെ ഉച്ചഭക്ഷണ ഇടവേള ഞങ്ങളുടെ പാഠ്യേതര വിഷയങ്ങളിലെ ജ്ഞാനം

പ്രൊഫ. ജോസഫ് മുണ്ടശ്ശേരി സ്മാരക ഗവ. ഹയർ സെക്കന്ററി സ്കൂൾ

വർദ്ധിപ്പിക്കാനുതകുന്നതായിരുന്നു. പക്ഷേ, പ്രോത്സാഹനമായി പലപ്പോഴും ചൂരൽമഴയാണ് കിട്ടാറെന്ന് മാത്രം.

ഒരു വെള്ളിയാഴ്ച ഉച്ചയ്ക്ക്, കളിസ്ഥലത്തിനടുത്തുള്ള മാളത്തിലേക്ക് ഒരു പാമ്പ് കയറുന്നത് ഞങ്ങൾ കണ്ടു. ആ പാമ്പിനെ മാളത്തിൽ നിന്ന് പുറത്തു ചാടിച്ചു നിഷ്കരുണം കൊല്ലാനുള്ള കഠിനമായ ശ്രമത്തിനിടയിൽ രണ്ടു മണിക്കൂർ കഴിഞ്ഞു പോയതറിഞ്ഞില്ല. രണ്ട് മണിക്കൂർ ഇടവേളയ്ക്കുശേഷം ക്ലാസ് ടീച്ചർ ഞങ്ങളെ അന്വേഷിച്ച് വന്നപ്പോൾ കണ്ടത്, ഒരു വടിയിൽ ചത്ത പാമ്പുമായി കളിസ്ഥലത്തിന് ചുറ്റുമുള്ള ഒരു ഘോഷയാത്രയാണ്. ഇത് പാമ്പുകൂടി ഉൾപ്പെട്ട, ധീരതയുടെ ഒരു പ്രത്യേക സംഭവമായതുകൊണ്ട്, സീത ടീച്ചറുടെ ചൂരലിൽനിന്ന് അഭിനന്ദനങ്ങളുടെ പ്രവാഹമായിരുന്നു. അഭിനന്ദനങ്ങളും അനുമോദനങ്ങളും വീട്ടിലും തുടർന്നു. ഇന്നും അതിന്റെ സുഖമുള്ള നീറ്റൽ അനുഭവപ്പെടുന്നുണ്ട്.

ഞങ്ങൾ കുഴപ്പത്തിലായ മറ്റൊരു സംഭവം കൂടി നല്ല ഓർമ്മയുണ്ട്. രണ്ടാം ക്ലാസ്സിലെ കൊച്ചു 'പാമ്പു പിടുത്ത' സംഘം, അപ്പോഴേക്കും വളർന്നു നാലാം ക്ലാസ്സിലെ 'നട്ടഭ്രാന്തന്മാരായി' തീർന്നിരുന്നു. വീണ്ടും ഒരു വെള്ളിയാഴ്ച, നീണ്ട ഉച്ചഭക്ഷണ ഇടവേളയുടെ ദിവസം. ആരോ ഞങ്ങളോട് പറഞ്ഞു, സ്കൂളിൽനിന്ന് വെറും

പത്തു മിനിറ്റ് നടന്നാൽ ഒരു വിമാനപ്പാലം ഉണ്ടെന്ന്. ജിജ്ഞാസ മൂത്ത് ഞങ്ങളുടെ ഒരു സംഘം, നെൽവയലിലെ മുട്ടോളം വെള്ളത്തിലൂടെ വിമാനപ്പാലം കാണാൻ പുറപ്പെട്ടു. പാടത്തെ ചെറിയ തോടിന് കുറുകെയായിരുന്നു ഈ പാലം. തോട് ആഴമുള്ളതായിരുന്നില്ല. അതെ, പാലം പരിശോധിക്കുന്നതിനിടയിൽ ഞാൻ തോട്ടിലേക്ക് വീണപ്പോൾ എനിക്ക് ആഴം വിലയിരുത്താൻ കഴിഞ്ഞു. വെള്ളം എന്റെ നെഞ്ചിനൊപ്പം മാത്രമേ ഉണ്ടായിരുന്നുള്ളൂ. ആധുനിക ലോക ചരിത്രത്തിൽ ഞങ്ങളുടെ ഗ്രാമത്തിന്റെ പ്രാധാന്യം വിളിച്ചോതിക്കൊണ്ട്, രണ്ടാം ലോകമഹായുദ്ധകാലത്ത് തകർന്നു വീണ ഒരു യഥാർത്ഥ വിമാനത്തിന്റെ ചിറകായിരുന്നു ആ പാലം. രണ്ടാം ലോക മഹായുദ്ധം ഞങ്ങളുടെ ചെറിയ ഗ്രാമത്തിൽ നടന്ന ഒരു കാലഘട്ടത്തിലേക്ക് മനസ്സ് നട്ടുകൊണ്ട് ചരിത്രത്തിലേക്ക് ആഴ്ന്നിറങ്ങി തെല്ലൊരു അഭിമാനത്തോടെ ഞങ്ങൾ ആ പാലത്തിൽ നിന്ന് ആർപ്പു വിളിച്ചു.

സ്കൂളിലേക്കുള്ള മടക്കയാത്രയിൽ, ഈ വിമാനം നെൽവയലിൽ തകർന്നുവീണതിനെക്കുറിച്ച് ഗൗരവമായി ഞങ്ങൾ ചർച്ച ചെയ്തു. വിമാനാപകടത്തിന്റെ കാരണം ചികയുന്നതിലുപരി, ഭാവിയിൽ ഇത്തരം അപകടങ്ങൾ ഒഴിവാക്കാനുള്ള മാർഗ്ഗങ്ങൾ തേടുന്ന വിഷയത്തിലേക്ക് ക്രിയാത്മകമായി ചർച്ചകൾ വഴി മാറി. എല്ലാ വിമാനങ്ങൾക്കും സുരക്ഷിതമായി ഇറങ്ങാനും പറന്നുയരാനും കഴിയുന്ന തരത്തിൽ ആ നെൽവയലിൽ ഒരു വിമാനത്താവളം പണിയണമെന്ന് ഞങ്ങളുടെ സംഘത്തിലെ ഒരാൾ നിർദ്ദേശിച്ചു. അങ്ങനെ ഒരു വിമാനത്താവളം പണിതീർന്നാൽ, ഞങ്ങളുടെ ഇഷ്ടാനുസരണം എപ്പോൾ വേണമെങ്കിലും മഴവില്ലിന്റെ നാട്ടിലേക്ക് പറന്നുയരാല്ലോ.

ഏകദേശം ഒരു മണിക്കൂർ വൈകി ഞങ്ങൾ സ്കൂളിൽ തിരിച്ചെത്തിയപ്പോൾ, ഞങ്ങളെ സ്വീകരിക്കാൻ ഗെയ്റ്റിൽ ഹെഡ്മിസ്ട്രസ് കൊച്ചെല്ല്യ ടീച്ചർ നിൽക്കുന്നുണ്ടായിരുന്നു. മഴക്കാലത്ത് സ്കൂൾ കുട്ടികൾക്ക് നെൽപ്പാടങ്ങൾ പരിധിക്ക് പുറത്തായിരുന്നു. ടീച്ചറുടെ കൈയിൽ നീളമുള്ള ഒരു ചൂരൽ ഉണ്ടായിരുന്നു. എല്ലാംകൂടി ഒരു ഭീകരാന്തരീക്ഷം തന്നെയായിരുന്നു ഞങ്ങളെ വരവേറ്റത്. നെൽവയലിൽ ഒരു വിമാനത്താവളം നിർമ്മിക്കേണ്ടതിന്റെ പ്രാധാന്യവും ആവശ്യകതയും ടീച്ചറെ ബോധ്യപ്പെടുത്താൻ എന്റെ സുഹൃത്ത് പരമാവധി ശ്രമിച്ചിട്ടും ഫലമുണ്ടായില്ല. ടീച്ചറുടെ ഓർമ്മ എന്നെന്നും നിലനിൽക്കത്തക്ക രീതിയിൽ എല്ലാവർക്കും കിട്ടി നല്ല ചുട്ട അടികൾ. മഴവില്ലുകൾക്ക് പകരം മിന്നിത്തിളങ്ങുന്ന നക്ഷത്രങ്ങളെയാണ് ഇത്തവണ ഞങ്ങൾ കണ്ടത്.

മഴവില്ലുകളുടെ ലോകത്തിൽനിന്ന് ആധുനിക കാലത്തേക്ക് എത്തി നിൽക്കുമ്പോൾ, അടുത്തിടെ, ലോകത്തിലെ ഏറ്റവും തിരക്കേറിയ വിമാനത്താവളങ്ങളിലൊന്നായ മുംബൈ അന്താരാഷ്ട്ര വിമാനത്താവളത്തിൽ എനിക്ക് അല്പസമയം വീണു കിട്ടി. അടുത്ത വിമാനത്തിനായി കാത്തിരിക്കുമ്പോൾ എന്റെ പഴയ സുഹൃത്ത് ഉണ്ണിക്കൃഷ്ണനെ ഫോണിൽ വിളിച്ചു. വിമാനത്താവളത്തിലെ ഞാനിരിക്കുന്ന വിശ്രമമുറിയിലേക്ക് അവൻ തിടുക്കത്തിൽ വന്നു. ഞങ്ങൾ ഒരുമിച്ച് കാപ്പി കുടിച്ചിരിക്കുമ്പോൾ, അല്പം നർമ്മം കലർത്തി ഞാൻ പറഞ്ഞു,

"ഉണ്ണീ, നമ്മുടെ ആ നെൽവയലിൽ നമുക്കൊരു ഒരു വിമാനത്താവളം പണിയണ്ടേ? എന്നിട്ടു വേണ്ടേ നമുക്കവിടെനിന്നും പറന്നുയരാനും വന്നിറങ്ങാനും."

ഉണ്ണിക്കു കാര്യം വേഗം പിടി കിട്ടി, കാരണം പണ്ട് നെൽവയലിൽ വിമാനത്താവളം പണിയാനുള്ള നിർദ്ദേശവുമായി വന്ന ആ നാലാം ക്ലാസുകാരനായിരുന്നു എന്റെ മുന്നിലിരുന്ന ഉണ്ണി. ലോകത്തിലെ ഏറ്റവും തിരക്കേറിയ എയർപോർട്ടുകളിലൊന്ന് നിർമ്മിച്ച ടീമിനെ നയിച്ച, മുംബൈ ഇന്റർനാഷണൽ എയർപോർട്ട് അതോറിറ്റിയിലെ കൺസ്ട്രക്ഷൻ വൈസ് പ്രസിഡന്റ് എഞ്ചിനീയർ ഉണ്ണികൃഷ്ണൻ. ഞാൻ സംസാരിച്ചത് ശരിയായ വ്യക്തിയോടുതന്നെയാണെന്ന് നിങ്ങൾക്കിപ്പോൾ ബോധ്യപ്പെട്ടില്ലേ. പച്ചപ്പ് നിറഞ്ഞ ഞങ്ങളുടെ ഗ്രാമത്തിലെ നെൽവയലിൽനിന്ന് ലോകത്തിലെ ഏറ്റവും മികച്ച വിമാനത്താവളങ്ങളിലൊന്ന് നിർമ്മിക്കാനായി മാനത്തെ മഴവില്ലിനെ പിന്തുടർന്നു മുംബൈ നഗരത്തിലേക്ക് ചേക്കേറിയ എന്റെ പ്രിയ സുഹൃത്ത്!!!

വാൽക്കഷ്ണം: ലക്ഷ്യങ്ങൾക്കും നേട്ടങ്ങൾക്കും പിന്നാലെ ഒരിക്കലും ഭ്രാന്തമായി ഓടരുത്; നിങ്ങളെ നോക്കി സദാ പുഞ്ചിരിക്കുന്ന മാനത്തെ മഴവില്ലിനെ പിന്തുടരൂ.

കൊച്ചെളേമ്മയുടെ കല്യാണം

ഒരു ആറ് വയസ്സുകാരന്റെ അമ്പതു വർഷത്തിനുശേഷം ഉള്ള ഓർമ്മകളാണ്. ആകാശത്തു കൂടി പോകുന്ന വിമാനത്തിനും തുമ്പിക്കും കിളികൾക്കും ഒരേ പ്രാധാന്യം കല്പിക്കുന്ന പ്രായം. അന്തിക്കാട്ടെ അപ്പൂപ്പൻ (ടി.കെ. കുഞ്ഞയ്യപ്പൻ മാസ്റ്റർ) ഒരു വാക്ക് പറഞ്ഞാൽ വീട്ടിൽ മാത്രമല്ല, നാട്ടുകാരും എതിർത്തു പറയാൻ മടിക്കുന്ന കാലം. അമ്മൂമ്മ മാത്രമേ അതിനൊരപവാദമുണ്ടായിരുന്നുള്ളൂ. അമ്മൂമ്മയ്ക്കു മനസ്സിൽ തോന്നിയത് അപ്പപ്പോൾ പറയുമായിരുന്നു.

കൊച്ചെളേമ്മയ്ക്കു ജോലി ആയ വിവരം എനിക്കറിയില്ലായിരുന്നു. കോളേജിലേക്ക് പോകുന്നതും ജോലിക്കു പോകുന്നതും എല്ലാം പടിയിറങ്ങി പാടത്തുകൂടെ മുട്ടിനൊപ്പം വെള്ളത്തിലൂടെയായിരുന്നു. എന്റേം കുഞ്ഞേച്ചീടേം ലോകം പടിക്കൽവരെ മാത്രം. രമ ചേച്ചിയും കുഞ്ഞെളേമ്മയും കൊച്ചെളേമ്മയും വല്യച്ഛനും ചേച്ചിയമ്മയും പടിയിറങ്ങി, മുട്ടിനൊപ്പം വെള്ളത്തിലൂടെ സാവധാനം പോകുന്നത്, കോഴിപ്പറമ്പിലെ അപ്പൂട്ടേട്ടന്റെ വീട് കഴിഞ്ഞു മറയുന്നതുവരെ ഞങ്ങൾ നോക്കിനിൽക്കും. കുഞ്ഞേച്ചി ക്ഷമകെട്ടു മിക്കവാറും നേരത്തെ സ്ഥലം വിട്ട് ഏതെങ്കിലും പേര മരത്തിന്റെ മുകളിൽ സ്ഥലം പിടിച്ചിട്ടും ഉണ്ടാവും.

എല്ലാവരും പോയിരുന്നത് തൃശ്ശൂർ എന്ന ഏതോ വിദൂര ദേശത്തേക്കാണെന്നു മാത്രം എനിക്കറിയാമായിരുന്നു. അങ്ങനെയാണ് എന്നും തൃശ്ശൂർക്ക് പോവുന്ന അന്തിക്കാട്ടെ അപ്പൂപ്പനെ 'തൃശ്ശൂരച്ഛൻ' എന്ന് വിളിക്കാൻ തുടങ്ങിയത്. ഈ തൃശ്ശൂര് തന്നെയാണ് പിന്നീട് എന്റെ സ്വന്തം തൃശ്ശൂർ ആയത്. തൃശ്ശൂരിനെ എനിക്കു പരിചയപ്പെടുത്തിയത് വല്യച്ഛനായിരുന്നു (പ്രൊഫ. എം.കെ. കോപ്പുണ്ണി). അതുകൊണ്ടിന്നും തൃശ്ശൂർ നഗരം എന്റെ കൈവെള്ളയിലെ രേഖകൾപോലെ എനിക്ക് സുപരിചിതം.

കഥയിലേക്ക് മടങ്ങാം.

അന്തിക്കാട്ടെ 'തൃശ്ശൂരച്ഛന്' എന്നും ഒരു നൂറു കത്തുകളെങ്കിലും വരാറുണ്ടായിരുന്നു. സാംസ്കാരിക നായകന്മാരുടെയും പുസ്തക പ്രസാധകരുടെയും രാഷ്ട്രീയ നേതാക്കന്മാരുടെയും കത്തുകളായിരുന്നു അവ. പിന്നെ കുറെ പുസ്തകങ്ങളും മാസികകളും ബുക്ക് പോസ്റ്റ് ആയിട്ടും വന്നിരുന്നു. അതിലെ സ്റ്റാമ്പുകൾ വെള്ളത്തിൽ ഇട്ടുവെച്ച് കീറിയെടുത്ത് ഉണക്കി സൂക്ഷിക്കാൻ ഞാനും പഠിച്ചിരുന്നു, കുഞ്ഞേച്ചിയുടെ സഹായിയായിട്ട്.

ഒരു ദിവസം അന്തിക്കാട്ടെ അപ്പൂപ്പന് ഒരു കത്ത് വന്നു. അല്പം ഉദ്വേഗത്തോടെ അപ്പൂപ്പൻ വല്യമ്മയെ (അമ്മൂമ്മ) വിളിച്ചു പറയുന്ന കേട്ടു, "ദേവകീ, കുട്ടപ്പനവിടെ ഉണ്ടെങ്കിൽ ഒന്നു വിളിച്ചേ."

വല്യച്ഛനെ അപ്പൂപ്പനും അമ്മൂമ്മയും കുട്ടപ്പനെന്നാണ് സ്നേഹത്തോടെ വിളിച്ചിരുന്നത്. അമ്മൂമ്മ അതു കേട്ട് അടുക്കളയിൽ നിന്ന് വരുന്നതിന് മുൻപ് തന്നെ, ഞാൻ ഒറ്റയോട്ടത്തിന് വടക്കേലെത്തി വല്യച്ഛനെ വിവരം അറിയിച്ചു കഴിഞ്ഞിരുന്നു.

തെക്കേലേം വടക്കേലേം വീടുകളുടെ ഇടയ്ക്കുള്ള ഷട്ടിൽ സർവീസിന്റെ ഉത്തരവാദിത്തം, അന്ന് നടക്കാനറിയാത്ത, ഓടാൻ മാത്രമറിയുന്ന എനിക്കായിരുന്നു. വല്യച്ഛന്റെ കൂടെ ചേച്ചിയമ്മയും (ലളിത ടീച്ചർ) എത്തി. അപ്പൂപ്പൻ കത്ത് തുറന്ന് എല്ലാവരും കേൾക്കെ വായിച്ചു. ഞാൻ കേട്ടതിൽ ഓർമ്മയുള്ളത് ഇപ്രകാരം:

"എന്റെ അനന്തിരവൻ വിശ്വംഭര പണിക്കർക്ക് താങ്കളുടെ മകൾ ഐഷയെ വിവാഹം കഴിക്കാൻ ആഗ്രഹമുണ്ട്. ഇതിനെക്കുറിച്ച് ആലോചിക്കുന്നതിനായി ഞാൻ..... തിയ്യതി താങ്കളുടെ വീട്ടിലേക്കു വരാൻ താത്പര്യപ്പെടുന്നു. സൗകര്യം അറിയിക്കുമല്ലോ.

എന്ന് ബഹുമാനപൂർവ്വം, ശാസ്ത്രികൾ."

പിന്നീടവിടെ കോടതി രംഗങ്ങളായിരുന്നു അരങ്ങേറിയത്. അതൊന്നും എനിക്ക് മനസ്സിലായതും ഇല്ല. എനിക്ക് മനസ്സിലായത് ഇത്രമാത്രം. അന്ന് ലോകത്തിന്റെ മറ്റേ അറ്റത്തുള്ള കോട്ടയം എന്ന രാജ്യത്തേക്ക് കൊച്ചെളേമ്മയെ കല്യാണം കഴിച്ചു കൊണ്ടു പോകാൻ ഒരാൾ വരുന്നു. അമ്മൂമ്മയ്ക്കത് ആലോചിക്കാൻ കൂടി വയ്യ. അകലെയാവുമ്പോൾ ഒന്ന് കാണാൻകൂടി കിട്ടില്ല. അമ്മൂമ്മയുടെ വേവലാതികൾ അണപൊട്ടിയപോലെ പുറത്തേക്കൊഴുകിക്കൊണ്ടിരുന്നു. അപ്പൂപ്പനാണെങ്കിൽ അത്തരം മൃദുലവികാരങ്ങളൊന്നും ഇല്ല. അങ്ങനെ ഒരു ദിവസം ശാസ്ത്രികൾ വന്നു. അദ്ദേഹത്തിന്റെ 'നേരെ വാ, നേരെ പോ' എന്നുള്ള സമീപനം എഴുത്തു വായിച്ചപ്പോൾതന്നെ അപ്പൂപ്പന് ബോധിച്ചിരുന്നു. നേരിൽ കണ്ട് അറിഞ്ഞപ്പോൾ കല്യാണത്തിന് തീരുമാനവും ആയി.

അതൊരു പ്രണയവിവാഹമായിരുന്നോ വീട്ടുകാരുറപ്പിച്ച കല്യാണമായിരുന്നോ എന്നൊന്നും പറയാനുള്ള തിരിച്ചറിവ് ആ ആറ് വയസ്സുകാരനില്ലായിരുന്നു. അവരൊരുമിച്ചാണ് ഇലക്ട്രിസിറ്റി ബോർഡിന്റെ ആപ്പീസിൽ ജോലി ചെയ്തിരുന്നതെന്ന് അമ്മ (മിനി ടീച്ചർ) പറഞ്ഞ അറിവേ എനിക്കുണ്ടായിരുന്നുള്ളൂ. കല്യാണങ്ങളെപ്പോഴും ഞങ്ങൾക്ക് ആഘോഷ അവസരങ്ങളാണ്. അന്തിക്കാട്ടെ കല്യാണങ്ങൾ മെയ്മാസത്തിലോ നവംബർ മാസത്തിലോ മാത്രമേ ഉണ്ടാവാറുള്ളൂ. കാരണം ബോംബെയിൽനിന്നു വല്ലിമാമന്റെ മക്കൾ മോനും മോളിക്കും തത്തയ്ക്കും പങ്കെടുക്കണമെങ്കിൽ അവരുടെ വേനൽ അല്ലെങ്കിൽ ദീപാവലി അവധിക്കേ പറ്റുമായിരുന്നുള്ളൂ. വല്ലിമാമനില്ലാത്ത (ടി.കെ. ബാബുരാജൻ) കല്യാണം ആർക്കും ആലോചിക്കാൻകൂടി പറ്റില്ലായിരുന്നു.

കല്യാണത്തിന് മതപരമായ ചടങ്ങുകൾ ഉണ്ടായിരുന്നതായി തോന്നുന്നില്ല.. അപ്പൂപ്പൻ അതിനെല്ലാം അതീതനായിരുന്നൂന്നു പിന്നീടാണ് എനിക്ക് മനസ്സിലായത്. എന്തായാലും കുറച്ചു പേരൊക്കെ പ്രസംഗിച്ചൂന്നാണ് ഒരു കുഞ്ഞുഓർമ്മ.

“മ്മ്ടെ മാഷ്ടെ പോലെത്തന്നെ കല്യാണോം. പ്രസംഗം തന്നെ പ്രസംഗം.” കല്യാണപ്പന്തലിൽ എന്റെ അടുത്തു നിന്നിരുന്ന സര അബ്രാൾ ബഹുമാനപുരസ്സരം പറഞ്ഞത് ഓർമ്മയുണ്ട്.

കല്യാണം കഴിഞ്ഞ് ഇളയച്ഛൻ കൊച്ചെളേമ്മയേംകൊണ്ട് ഇറങ്ങുമ്പോൾ വല്യമ്മ കലങ്ങിയ കണ്ണുകളോടെയാണെങ്കിലും ഒരു സങ്കടവും പുറത്തു കാണിക്കാതെ ഇളയച്ഛനോട് പറയുന്നുണ്ടായിരുന്നു, “ഇവള് കുറുമ്പ് കാണിച്ചാൽ നല്ല ചുട്ട അടി കൊടുക്കണം തങ്കച്ചാ.”

ഒരു മകളുടെ പുറത്തു തനിക്കുണ്ടായിരുന്ന എല്ലാ അധികാരങ്ങളും അവകാശങ്ങളും ഇളയച്ഛന് സ്നേഹപൂർവ്വം വിട്ടുകൊടുത്തുകൊണ്ടുള്ള ആ വാക്കുകൾ അങ്ങേയറ്റം വികാരനിർഭരമായിരുന്നു. “തങ്കച്ചൻ മിടുക്കനാണ്, നിന്നെ നല്ലപോലെ നോക്കിക്കോളും” എന്ന് പറഞ്ഞു കൊച്ചെളേമ്മയെ സമാധാനിപ്പിക്കുന്നുമുണ്ടായിരുന്നു.

വല്യമ്മയുടെ ആ വാക്കുകൾക്ക് പകരം വെക്കാൻ പറ്റിയ വാക്കുകൾ ഒന്നും എന്റെ ജീവിതത്തിൽ ഞാനിതുവരെ കേട്ടിട്ടില്ല. അത് കേട്ട് പൊട്ടിക്കരഞ്ഞ കൊച്ചെളേമ്മയുടെ മുഖം ഒരു വിങ്ങലായി എന്റെ മനസ്സിൽ ഇന്നും ഉണ്ട്. കാരണം കൊച്ചെളേമ്മയെ നല്ല ചുട്ട അടി കൊടുക്കാനാണ് കൊണ്ടുപോകുന്നത് എന്ന് എന്റെ കുഞ്ഞു മനസ്സു പറഞ്ഞുകൊണ്ടേയിരുന്നു.

വാൽക്കഷ്ണം: വർഷങ്ങൾക്കുശേഷം ഒരു അവധിക്കാലത്ത് അന്തിക്കാട് ചെന്നപ്പോൾ കൊച്ചെളേമ്മയുടെ കല്യാണ ആൽബം തറയിൽ വലിച്ചിട്ടിരിക്കുന്നു. രണ്ടു കുറുമ്പന്മാർ ഗോപാലകൃഷ്ണനും അയ്യപ്പൻകുട്ടിയും കൊച്ചെളേമ്മയുടെ മക്കൾ, അലറി വിളിച്ചു കരയുന്നുണ്ട്. കാരണം .... "അമ്മേടേം അച്ഛന്റേം കല്യാണത്തിന് തങ്കേട്ടനുണ്ട്, കുഞ്ഞേച്ചിയുണ്ട്, രമ ചേച്ചിയുണ്ട്, കുഞ്ഞമ്മ ചേച്ചിയുണ്ട്, ചെറുക്കായി ചേട്ടനുണ്ട്, ഞങ്ങളു രണ്ടുപേരു മാത്രം ഇല്ല. ഞങ്ങളെ മാത്രം കൊണ്ടുപോയില്ല." അന്തിക്കാട്ടെ വീട് ഒരു ദിവസത്തേക്കു സ്തംഭിപ്പിക്കാൻ ഈ ഒരു കാരണം ധാരാളം മതിയായിരുന്നു.

തൃശ്ശൂര് പഠിക്കുന്ന കുട്ടി

"**വൈ**ദ്യര് ഇത് എന്ത് ഭാവിച്ചാ? ഈ പത്തു വയസ്സുള്ള കുട്ട്യേ ആണോ തൃശ്ശൂര് കൊണ്ടുപോയി മോഡൽ സ്കൂളീ ചേർത്തിയേക്കണേ?"

ആത്മസുഹൃത്തിന്റെ കുറ്റപ്പെടുത്തൽ അച്ഛന്റെ മൗനത്തിനു മുൻപിൽ അലിഞ്ഞില്ലാതായി. മൗനമായിരുന്നു അച്ഛന്റെ ഏറ്റവും ശക്തമായ ആയുധം. അഞ്ചാംക്ലാസ് മുതൽ തൃശ്ശൂർ മോഡൽ സ്കൂളിൽ ചേർന്ന് പഠിക്കാൻ അമ്മയുടെ സമ്മതം നേരത്തേ ഉണ്ടായിരുന്നു. അമ്മ എന്നും എന്റെ ഭാഗത്തായിരുന്നു. എഴുപതുകളിൽ കണ്ടശ്ശാംകടവിൽ നിന്ന് തൃശ്ശൂർ നഗരത്തിൽ പഠിക്കാൻ പോകുന്ന രണ്ട് സ്കൂൾ കുട്ടികൾ മാത്രമേ ഉണ്ടായിരുന്നുള്ളൂ; കവലക്കാട്ടെ ജോസും ഞാനും. 'ആ പോണ കുട്ടി തൃശ്ശൂരാ പഠിക്കണേ' എന്നു ഗ്രാമവാസികൾ അത്ഭുതത്തോടെ പറയാറുണ്ടായിരുന്നു. ജോസ് പിന്നീട് ജീവിതത്തിന്റെ കുതിപ്പിനിടയിൽ എപ്പഴോ തൃശ്ശൂർ നഗരത്തിലേക്ക് ചേക്കേറി, നല്ല ഒന്നാന്തരം തൃശ്ശൂർക്കാരനായി മാറി. ആ ആത്മബന്ധത്തിന്റെ കൈത്തിരി ഇന്നും ഞങ്ങളുടെ മനസ്സിൽ അണയാതെ ഉണ്ട്. മോഡൽ സ്കൂളിന്റെ ഊഷ്മളമായ സ്നേഹബാന്ധവം.

കണ്ടശ്ശാംകടവ് ബസ്സ്റ്റോപ്പിൽനിന്ന് പടിയത്തെ വീട്ടിലേക്കുള്ള അധികദൂരം കണക്കിലെടുത്ത്, എന്റെ മോഡൽ സ്കൂൾ പ്രയാണം വൈകാതെ അന്തിക്കാട് അമ്മയുടെ വീട്ടിൽ നിന്നാക്കി. ബസ്സ്റ്റോപ്പ് അടുത്തായി, വല്യച്ഛന്റെ കൂടെ സ്കൂളിൽ പോവുകയും ചെയ്യാം. വല്യച്ഛൻ, കോപ്പുണ്ണി മാഷ് അന്ന് മോഡൽ സ്കൂളിലെ മലയാളം അദ്ധ്യാപകനാണ്.

കെ.കെ. മേനോൻ ബസ്സിലെ കാരണവർ ഗോവിന്ദൻ നായരെപ്പറ്റി ഓർക്കാതെ, മോഡൽ സ്കൂളിലേക്കുള്ള യാത്ര തുടങ്ങാനാവില്ല. രാവിലെ ബസ്സിൽ കയറുമ്പോൾ സ്വന്തം ചെരിപ്പ് ഊരി മാറ്റും ഗോവിന്ദൻ നായർ. എന്തിനാണെന്നോ? തിരക്കുള്ള ബസ്സിൽ

പാറമേക്കാവ് ക്ഷേത്രം

യാത്രക്കാരുടെ കാലിൽ അറിയാതെ ചവിട്ടിയാൽ അവർക്കു നോവാതിരിക്കാൻ. പത്തുവയസ്സുകാരനായ എന്നെ കൈപിടിച്ച് ബസ്സിൽ കയറ്റി ഏതെങ്കിലും ഒരു ഇരിപ്പിടത്തിനിടയിൽ, സുരക്ഷിതനാക്കാൻ അദ്ദേഹം കാണിച്ചിരുന്ന സൗമനസ്യം ഇപ്പോഴും മറക്കാനാവില്ല. ജോലിയോടുള്ള ആത്മാർത്ഥതയുടെ പര്യായം എനിക്കിന്നും ഗോവിന്ദൻനായർ എന്ന കെ.കെ. മേനോനിലെ ആ കണ്ടക്ടർ തന്നെയാണ്.

അന്നത്തെ രാമവർമ്മ തീയേറ്ററിനടുത്തു പഴയ കോടതി എന്ന തൃശ്ശൂർ പ്രദക്ഷിണവഴിയിലെ ബസ്സ്റ്റോപ്പിൽ ബസ്സിറങ്ങിയാൽ നേരെ മുന്നിൽ പെൺകുട്ടികളുടെ മോഡൽ സ്കൂൾ ആണ്. ആ സ്കൂളിനകത്തുകൂടി നടന്നു പോയാൽ മോഡൽ ബോയ്സിൽ എത്താൻ എളുപ്പമാണ്. എന്നിരുന്നാലും പെൺകുട്ടികളുടെ സ്കൂളിലൂടെ വഴി നടക്കാൻ എന്നിലെ പത്തു വയസ്സുകാരനായ ആൺകുട്ടിയുടെ ആത്മാഭിമാനം സമ്മതിച്ചിരുന്നില്ല. ഞങ്ങൾ എപ്പോഴും മണീസ് കഫേയ്ക്കു മുന്നിലൂടെ, തലയിൽ കാക്കകളെയും പേറി നിൽക്കുന്ന കൊച്ചി രാജാവിന്റെ പ്രതിമയുടെ സമീപത്തുകൂടി കൃഷ്ണൻനായർ സ്റ്റുഡിയോയുടെ മുന്നിലേക്കിറങ്ങി, പാലസ് റോഡിലൂടെ ഒറ്റ നടത്തമാണ് സ്കൂളിലേക്ക്. നല്ല ഉശിരുള്ള ആൺകുട്ടികളായിട്ട്. സ്കൂളിൽനിന്ന് തിരിച്ചു പോകുമ്പോൾ പാലസ്

മാർഗ്ഗംതന്നെ വന്ന് കൊച്ചി രാജാവിന്റെ മുന്നിൽനിന്ന് തേക്കിൻകാട് മൈതാനത്തേക്ക് കയറും.

പാറമേക്കാവ് ക്ഷേത്രത്തിന്റെ പടിപ്പുര ഇന്ന് കാണുന്ന കോൺക്രീറ്റ് സൗധമായിരുന്നില്ല. കേരളീയശൈലിയിലുള്ള ഓട് മേഞ്ഞ ഭംഗിയുള്ള ഒരു കൊച്ചുകവാടമായിരുന്നു അത്. തൊട്ടടുത്ത ത്രിവേണി ഹോട്ടലിലെ ദോശയുടെയും ക്ഷേത്രത്തിലെ ദീപങ്ങളിൽ നിന്നുതിരുന്ന കത്തിയെരിഞ്ഞ നെയ്യിന്റെയും എണ്ണയുടെയും സുഖമുള്ള ഗന്ധം ഇന്നും മനസ്സിന്റെ മൂലയിലെവിടെയോ സൂക്ഷിച്ചു വെച്ചിട്ടുണ്ട്.

പാലസ് റോഡിലൂടെയുള്ള യാത്രയ്ക്കിടയിൽ പലപ്പോഴും, ഒന്നോ രണ്ടോ പുസ്തകങ്ങൾ നെഞ്ചോട് ചേർത്ത് വെച്ച്, കൺമുൻപിൽ കാണുന്നവരോടൊക്കെ ഹ്രസ്വകുശലാന്വേഷണങ്ങൾ നടത്തി, ഞങ്ങൾ കുട്ടികളെ നോക്കി പുഞ്ചിരി തൂകിക്കൊണ്ടു നടന്നു നീങ്ങിയിരുന്ന കൃശഗാത്രനായൊരു മനുഷ്യനെ കാണാറുണ്ടായിരുന്നു. അദ്ദേഹം ആരാണെന്ന് ആദ്യമൊന്നും എനിക്കറിയില്ലായിരുന്നു. പിന്നീടൊരു ദിവസം വല്യച്ഛന്റെ കൂടെ തേക്കിൻകാട് മൈതാനത്തിലൂടെ നടന്നു പോകുമ്പോൾ, ആ മനുഷ്യൻ വല്യച്ഛനുമായും ലോഹ്യം പറയുന്നത് കണ്ടു. അന്ന് വല്യച്ഛൻ പറഞ്ഞാണ് അറിഞ്ഞത്, ടൗൺ ഹാളിലെ ഗ്രന്ഥശാലയിലേക്ക് പുസ്തകം മാറ്റിയെടുക്കാൻ നടന്നു പോയിരുന്ന അദ്ദേഹമായിരുന്നത്രെ അപ്പോഴത്തെ കേരളത്തിലെ മുഖ്യമന്ത്രി. സി. അച്യുതമേനോൻ എന്ന്. കേരളം കണ്ട സാത്വികനും ദീർഘവീക്ഷണത്തിനുടമയുമായ ആ മുഖ്യമന്ത്രിയുടെ രൂപം ഒരിക്കലും മനസ്സിൽനിന്ന് മായുകയില്ല.

അന്ന് തൃശ്ശൂർ, മുനിസിപ്പാലിറ്റി ഓഫീസിനു മുന്നിൽ ഒരേ ഒരു ബസ്സ്റ്റാൻഡ് മാത്രമേ ഉള്ളൂ. അവിടെയും ഉണ്ടായിരുന്നു ഒരു കൊച്ചി രാജാവിന്റെ പ്രതിമ. കാക്കകൾ കയ്യേറിയ പ്രതിമകൾ കണ്ടു മനം മടുത്തിട്ടാണെന്നു തോന്നുന്നു, ബഹുമാനിക്കപ്പെടേണ്ടവരെ പ്രതിമകളാക്കി സ്ഥാപിക്കുന്ന ഏർപ്പാടിനോട് എനിക്കന്നും ഇന്നും എതിർപ്പാണ്.

തേക്കിൻകാട് മൈതാനം സാംസ്കാരിക തലസ്ഥാനത്തിന്റെ സിരാകേന്ദ്രംതന്നെ ആയിരുന്നു. സാഹിത്യകാരന്മാർക്കും സാംസ്കാരിക നായകന്മാർക്കും സ്ഥിരമായി ഒത്തുചേരാനുള്ള ഒരിടമായിരുന്നു മൈതാനം. വിദ്യാർത്ഥിമൂലയിലെ പ്രസംഗമണ്ഡപത്തിൽ നിന്ന് ഉതിർന്നിരുന്നത് അറിവിന്റെയും സംസ്കാരത്തിന്റെയും മുത്തുമണികൾ ആയിരുന്നു. വല്യച്ഛന്റെ നിഴൽ പറ്റി പ്രദക്ഷിണ വഴിയിലൂടെ ഓരോ വട്ടം കറങ്ങുമ്പോഴും പാഠപുസ്തകങ്ങളിൽ

വിദ്യാർത്ഥിമൂല

നിന്നു ലഭിച്ചിരുന്നതിനേക്കാൾ എത്രയോ മടങ്ങ് വിശാലമായ അറിവിന്റെ ലോകമാണ് എനിക്കനുഭവേദ്യമായിരുന്നത് എന്ന് ഞാനിപ്പോഴറിയുന്നു.

സാഹിത്യ അക്കാദമി സഹൃദയവേദിയിലെ സുകുമാർ അഴീക്കോട് മാഷ്, വൈലോപ്പിള്ളി, പ്രൊഫസർ ലീലാവതി, ചെമ്മനം ചാക്കോ, ഡോ. രാഹുലൻ, പവനൻ, എം.സി. ജോസഫ്, പൗലോസ് മാർ പൗലോസ് തിരുമേനി, സാനു മാഷ് തുടങ്ങിയവരൊക്കെ പങ്കെടുത്തിരുന്ന സമ്മേളനങ്ങൾ, കവിയരങ്ങുകൾ, റീജിയണൽ തിയ്യേറ്ററിലെയും സ്കൂൾ ഓഫ് ഡ്രാമയിലെയും നാടകാവതരണങ്ങൾ, സാംസ്കാരിക പരിപാടികൾ, സിനിമകൾ, സ്വാമി ചിന്മയാനന്ദന്റെയും ഗുരു നിത്യചൈതന്യ യതിയുടെയും പ്രഭാഷണങ്ങൾ, ശങ്കരമേനോനെപ്പോലുള്ള ലോകോത്തര ചിത്രകാരന്മാരുടെ ചിത്രശേഖരങ്ങൾ, കലാമേളകൾ, ഇതെല്ലാമടങ്ങുന്നതായിരുന്നു തൃശ്ശൂർ നഗരത്തിൽനിന്ന് എനിക്ക് ലഭിച്ച അമൂല്യമായ സമ്മാനപ്പൊതി.

അഞ്ച്, ആറ്, ഏഴ്.... (1974-77) മൂന്നു വർഷമേ ഞാൻ മോഡൽ സ്കൂളിൽ പഠിച്ചിട്ടുള്ളൂ. ക്ലാസ്സിൽ പേര് വിളിക്കുമ്പോൾ അബൂബക്കറാണ് ഒന്നാമൻ. റെജി എന്നതിന് പകരം എനിക്ക് എബി എന്നു പേരിട്ടിരുന്നെങ്കിൽ ഞാൻ ഒന്നാമനായേനേ. അക്കാലത്ത്

അങ്ങനേം ഒരാഗ്രഹം ഉണ്ടായിരുന്നതോർമ്മയുണ്ട്. തൃശ്ശൂർ പട്ടണത്തിൽ കൊക്കാലയെന്നൊരു സ്ഥലമുണ്ടെന്നു ഞാൻ ആദ്യം മനസ്സിലാക്കിയത് അബൂബക്കർ അവിടന്നായതുകൊണ്ടായിരുന്നു. തൃശ്ശൂരിൽ അന്ന് എന്ത് പൊതുപരിപാടി ഉണ്ടായാലും അത് ജനങ്ങളുടെ കാതുകളിലെത്തിച്ചിരുന്നത്, ക്ലാസ്സിലും അത്യാവശ്യം ഉച്ചത്തിൽ സംസാരിച്ചിരുന്ന, ബെന്നിയുടെ 'കേരള സൗണ്ട്' ആയിരുന്നു. കുറ്റൂര് നിന്ന് ബെന്നിയുടെ ഒപ്പം വരാറുള്ള ജോയ്യും വാചകമടിയിൽ ഒട്ടും മോശമായിരുന്നില്ല.

എം.കെ. മേനോൻ മാഷിന്റെ മകൻ ബാലചന്ദ്രനായിരുന്നു ക്ലാസ്സിലെ സാഹിത്യസമാജം സെക്രട്ടറി. സരോജ നഴ്സിംഗ് ഹോമിലെ കെ. കൃഷ്ണന്റെ സ്നേഹമസൃണമായ പുഞ്ചിരി ഇപ്പഴും മനസ്സിലെവിടെയോ കെട്ടിക്കിടപ്പുണ്ട്. ഗിരിജ മെഡിക്കൽസുകാരൻ സജിത്ത് പുറത്തെവിടെയോ പഠിച്ചു വന്ന കുട്ടി ആയതുകൊണ്ട് ഇംഗ്ലീഷിൽ നല്ല വിവരമായിരുന്നു. മോഡൽ സ്കൂളിൽ ഇംഗ്ലീഷ് മീഡിയം ഉണ്ടായിട്ടും അവനെന്തിനു മലയാളം മീഡിയത്തിൽ വന്നു ചേർന്നു എന്ന് എനിക്കിപ്പോഴും അറിയില്ല. അതുപോലെ ജോസഫ് മുണ്ടശ്ശേരി മാഷിന്റെ പേരക്കുട്ടി പെപ്പിൻ തോമസ് ബാംഗ്ലൂർന്നു കുറേ പഠിച്ചിട്ടാണ് ഞങ്ങളുടെ ക്ലാസ്സിൽ എത്തിയത്. എന്റെ അപ്പൂപ്പൻ ടി.കെ. കുഞ്ഞയ്യപ്പൻ മാഷും മുണ്ടശ്ശേരി മാഷും കണ്ടശ്ശാങ്കടവ് സ്കൂളിൽ സതീർത്ഥ്യരും ഉറ്റ സുഹൃത്തുക്കളുമൊക്കെ ആയിരുന്നെങ്കിലും അതും പറഞ്ഞു പെപ്പിന്റെ അടുത്ത് ഞാൻ പോവാറുണ്ടായിരുന്നില്ല. അവൻ അന്ന് നല്ല കുറുമ്പനായിരുന്നു. മോഹൻ എന്ന ക്ലാസ്സിലെ ഏറ്റവും വലിയ കുട്ടി ആയിരുന്നു പെപ്പിന്റെ അടുത്ത ചങ്ങാതി.

ഹീറോ ഹോട്ടലിന്റെ സജീവ്, സേവനവാരാഘോഷത്തിന്റെ അവിഭാജ്യഘടകമായിരുന്നു. സാമൂഹ്യസേവനത്തിനിടയിലെ ലഘുഭക്ഷണം മിക്കവാറും ഹീറോ ഹോട്ടലിൽ നിന്നാണ് അന്ന് സംഘടിപ്പിക്കാറ്. സിങ്കപ്പൂർ കഥകൾ പറഞ്ഞു നടക്കുമായിരുന്ന രാജീവിനെയും സുകേശ് എന്ന ഗൗരവക്കാരനെയും പിന്നീട് കേരളവർമ്മ കോളേജിൽ കണ്ടതായി ഓർമ്മയുണ്ട്. രണ്ടു ശ്രീകുമാറുമാരുണ്ടായിരുന്നു. ഒരാൾ സ്കൂളിലെ തന്നെ മാഷുടെ മോൻ. മറ്റെയാൾ ചെമ്പൂക്കാവുന്നുള്ള പാട്ടു പാടുന്ന ഗഡി. ഏതു സമയത്തും പാടാനാവശ്യപ്പെട്ടാൽ 'ഈശ്വരൻ മനുഷ്യനായ് അവതരിച്ചു' എന്ന ഗാനം മാത്രം പാടിയിരുന്ന സഹൃദയനായൊരു വിശ്വനാഥൻ പട്ടരുണ്ടായിരുന്നു ക്ലാസ്സിൽ. അയാൾ അസ്സലായി പാടുമായിരുന്നെങ്കിലും ഈ പാട്ടു മാത്രമേ പാടി കേട്ടിട്ടുള്ളൂ.

വടക്കുന്നാഥൻ ക്ഷേത്രം

പീച്ചിയിലെ KERI(കേരള എഞ്ചിനീയറിംഗ് റിസെർച്ച് ഇൻസ്റ്റിറ്റ്യൂട്ട്)യുടെ വാഹനത്തിൽ വന്നിരുന്ന ജി. കൃഷ്ണന്റെ സംസാരം നമ്മൾ തൃശ്ശൂർക്കാരുടെപോലെ ആയിരുന്നില്ല. മലയാളത്തിന് തെക്കും വടക്കും ഉണ്ടെന്ന് എനിക്ക് മനസ്സിലായത് മോഡൽ സ്കൂളിൽ വെച്ചാണ്. മറ്റൊരടുത്ത സുഹൃത്ത് ജീമോൻ ഇപ്പോഴും ഇവിടെ മസ്കറ്റിൽ ഉണ്ട്. മണലൂർ നിന്നും ഒരാളുണ്ടായിരുന്നു ക്ലാസ്സിൽ. 'നല്ലപ്പ' ട്രാൻസ്പോർട്ടിൽ (NTP) സ്ഥിരമായി വന്നിരുന്ന ചെറിയാച്ചൻ. ദന്ത ഡോക്ടറായ അദ്ദേഹത്തെ പിന്നീട് ദുബായിൽ വെച്ച് കണ്ടിരുന്നു

മോഡൽ സ്കൂൾ ജീവിതത്തിൽ എന്നെ ഏറ്റവും ഉലച്ച സംഭവം നടന്നത് ആറാംക്ലാസ്സിൽ പഠിക്കുമ്പോഴാണ്. സഹപാഠിയും ഉറ്റ ചങ്ങാതിയും എന്റെ തറവാട്ടിലെ തന്നെ ഭരത വല്യച്ഛന്റെ മകനുമായിരുന്ന വിപിൻ ചന്ദ്രന്റെ മരണം. ക്രിസ്തുമസ് അവധിക്കാലത്താണെന്നു തോന്നുന്നു മഞ്ഞപ്പിത്തം വന്നു മൂർച്ഛിച്ചു വിപിൻ ഞങ്ങളോടു യാത്ര പറഞ്ഞു. നിറഞ്ഞ സ്നേഹത്തിനുടമയായിരുന്നു വിപിൻ. തൃശ്ശൂർ ടൗണിനു തൊട്ടടുത്ത് കൂർക്കഞ്ചേരിയിൽ വളർന്ന വിപിൻ ശരിക്കും പറഞ്ഞാൽ ഞാനെന്ന സാധു ഗ്രാമീണ ബാലന് അക്കാലത്തു താങ്ങും തണലുമായിരുന്നു. സ്കൂൾ വിട്ടു തിരിച്ചു

പോകുമ്പോൾ അവൻ കൂർക്കഞ്ചേരി വരെ നടന്നേ പോകുമായിരുന്നുള്ളൂ. ആ നടത്തത്തിലൂടെ ലാഭിക്കുന്ന പത്തു പൈസ ബസ്സുകൂലി കൊണ്ടു പിറ്റേദിവസം രണ്ട് ഐസ് ഫ്രൂട്ട് വാങ്ങി ഒരെണ്ണം എനിക്കു തരുമായിരുന്നു.

സ്കൂളിൽ പോകുന്ന കുട്ടികൾ ഇത്തരം സാധനങ്ങൾ വാങ്ങി കഴിക്കുന്നത് അന്നത്തെ കാലത്തു വലിയ കുറ്റമായിരുന്നു. അതിനുള്ള ശിക്ഷ ശരീരത്തിൽ ഘനീഭവിച്ചു കിടക്കാറുണ്ടായിരുന്നെങ്കിലും അത് അവന്റെ തന്റേടത്തെയോ കൂസലില്ലായ്മയെയോ ഒരിക്കലും ബാധിച്ചിരുന്നില്ല. വിപിൻ ചന്ദ്ന്റെ വിയോഗം എന്നെ കുറച്ചൊന്നുമല്ല ഉലച്ചത്. ആ സ്നേഹസ്മരണയ്ക്ക് മുന്നിൽ പ്രണാമം അർപ്പിക്കട്ടെ.

അധ്യാപകരിൽ ഗോപി മാഷിനേം ബാലൻ മാഷിനേം മറക്കാനാവില്ല. അവരായിരുന്നു ആദ്യത്തെ രണ്ടു വർഷത്തെ ക്ലാസ് ടീച്ചർമാർ. കണക്കിൽ ഞാൻ മോശമായിരുന്നതുകൊണ്ടു വാസു മാഷ് എനിക്ക് പേടിസ്വപ്നമായിരുന്നു. ഇടയ്ക്കിടെ ഉപ്പൂറ്റി ഉയർത്തി കാലിന്റെ തള്ളവിരലിൽ താളാത്മകമായി ഉയർന്നു പൊങ്ങി, ശാസ്ത്രത്തിന്റെ ബാലപാഠങ്ങൾ പറഞ്ഞുതന്ന ഗോവിന്ദൻ മാഷ് മിക്കവാറും പാഠഭാഗം അവസാനിപ്പിക്കുന്നത്, തൃശ്ശൂർ ചെമ്പൂക്കാവിൽ പണ്ട് താമസിച്ചിരുന്ന വില്യം സായിപ്പിന്റെ കഥകൾ പറഞ്ഞുകൊണ്ടായിരുന്നു. ഇന്നത്തെ സെൻട്രൽ ഹോട്ടൽ ആയിരുന്നത്രെ വില്യം സായിപ്പിന്റെ വീട്.

ആറാം ക്ലാസ്സിൽ ഫിസിക്സ് ശാസ്ത്രശാഖയ്ക്ക് ഹരിശ്രീ കുറിച്ചു തന്നത് സത്യസായി ബാബയുടെ, തികഞ്ഞ ഭക്തയായ അമ്മിണി ടീച്ചർ ആയിരുന്നു. ക്ലാസ്സിൽ ആരെങ്കിലും സായി നാമം ഉരുവിട്ടാൽ ടീച്ചർ എല്ലാം മറന്ന് കഥകളുടെ ലോകത്തേക്ക് പോകുമായിരുന്നു. ഈ കഥകളുടെ മേമ്പൊടി ഉണ്ടായിരുന്നതുകൊണ്ടാവാം എനിക്കിന്നും ഫിസിക്സ് ഒരുപാട് ഇഷ്ടമാണ്. സംസ്കൃത ഭാഷാ ശിക്ഷണത്തേക്കാൾ ഉപരി സ്വതസിദ്ധമായ പുഞ്ചിരിയാൽ, ആത്മബന്ധം സ്ഥാപിക്കുന്ന സുമദത്തൻ മാഷുടെ മുഖം മനസ്സിൽ നിന്നൊരിക്കലും മായുകയില്ല.

ഇവരുടെയൊക്കെ മുഖങ്ങളും അവരുടെ അധ്യാപന രീതികളും 45 വർഷങ്ങൾക്കുശേഷം ഇപ്പോഴും മനസ്സിൽ നിന്നുമാഞ്ഞിട്ടില്ല. കൃതജ്ഞതയോടെ മാത്രമേ എനിക്കവരെയൊക്കെ ഓർക്കാൻ കഴിയൂ.

അന്ന് എ.എസ്. ശങ്കരൻകുട്ടി കുറുപ്പാൾ എന്ന പ്രഗത്ഭനായ കുറുപ്പാള് മാഷായിരുന്നു ഹെഡ്മാസ്റ്റർ. അച്ചടക്കലംഘനം അദ്ദേഹമുള്ളപ്പോൾ പറ്റുന്ന കാര്യമായിരുന്നില്ല. മോഡൽ സ്കൂളിൽ അന്ന്

സമരമില്ല. സെന്റ് തോമസിൽ നിന്ന് സമരമെടുത്തു വരുന്ന കുട്ടികളെയും അദ്ദേഹം ഗെയ്റ്റിൽ വന്ന് ഒരു ചൂണ്ടുവിരലിന്റെ ബലത്തിൽ തിരിച്ചുവിടുമായിരുന്നു.

ആയിടയ്ക്കാണ് ദേശീയ തലത്തിലുള്ള ഒരു ഫുട്ബോൾ മത്സരം തൃശ്ശൂർ പാലസ് സ്റ്റേഡിയത്തിൽ അരങ്ങേറുന്നുണ്ടെന്നറിഞ്ഞത്. അറിയിച്ചത് മറ്റാരുമല്ല; വല്യച്ഛൻ തന്നെ. ഞങ്ങൾക്ക് രണ്ടുപേർക്കുള്ള ടിക്കറ്റും കോപ്പുണ്ണി മാഷ് തന്നെ ശരിപ്പെടുത്തി. വല്യച്ഛന്റെ ഉറ്റ സുഹൃത്ത് രാജരത്നം മാഷ് അന്ന് മോഡൽ സ്കൂളിനോട് ചേർന്നുള്ള കെട്ടിടത്തിൽ താമസിക്കുന്നുണ്ട്. ഗണിതശാസ്ത്രത്തിൽ അപാര പാണ്ഡിത്യമുള്ള, ഒരുപാട് ഗണിതശാസ്ത്ര ഗ്രന്ഥങ്ങളുടെയും പാഠപുസ്തകങ്ങളുടെയും രചയിതാവായ പെരിങ്ങോട്ടുകരയിലെ രാജരത്നം മാഷ്. ക്ലാസ്സു കഴിഞ്ഞ ഉടനെ മൂന്നരയ്ക്ക് അദ്ദേഹത്തിന്റെ മുറിയിൽ എന്റെ പുസ്തകസഞ്ചിയും വല്യച്ഛന്റെ ബാഗും കൊണ്ടുവെച്ചിട്ട് ഞങ്ങൾ ഇരുവരും പാലസ് സ്റ്റേഡിയത്തിൽ എത്തി.

കേരളവും ഒരു ഉത്തരേന്ത്യൻ ടീമും തമ്മിലായിരുന്നു മത്സരം. വാശിയേറിയ കടുത്ത മത്സരം. കേരളത്തിന്റെ ക്യാപ്റ്റൻ മണിയുടെ പേരും ചടുലമായ കളിയുമൊക്കെ ഇപ്പോഴും ഓർക്കുന്നു. എക്സ്ട്രാ സമയത്തേക്കും പെനാൽറ്റി ഷൂട്ടിലേക്കുമൊക്കെ നീണ്ടുപോയ കളി കഴിഞ്ഞപ്പോഴേക്കും ഞാനൊരു തികഞ്ഞ ഫുട്ബോൾ ഭ്രാന്തനായി മാറിയിട്ടുണ്ടായിരുന്നു. പക്ഷേ ഒരു പ്രശ്നം. അന്തിക്കാട്ടേക്ക് തൃശ്ശൂർന്നുള്ള അന്നത്തെ അവസാനത്തെ ബസ് പോയി. വല്യച്ഛനൊരു കൂസലുമുണ്ടായില്ല. ഞങ്ങൾ രണ്ടുപേരും നേരെ പടിഞ്ഞാറേ കോട്ടയിലേക്ക് നടന്നു.

രാത്രി പത്തുമണിയോടടുത്തിരുന്നു. വഴിയിൽക്കണ്ട എല്ലാ വാഹനങ്ങൾക്കും ഞങ്ങൾ കൈവീശിക്കാട്ടി സവാരിക്ക് അപേക്ഷിച്ചുകൊണ്ടിരുന്നു. അവസാനം ദുർഗന്ധം വമിക്കുന്ന ഒരു ലോറി ഞങ്ങളുടെ അപേക്ഷ കൈക്കൊണ്ടു. ചാണകലോറിയെങ്കിലും കിട്ടിയ സന്തോഷത്തിൽ ദുർഗന്ധം സുഗന്ധമായനുഭവപ്പെട്ടു. അന്തിക്കാട് വീട്ടിൽ എത്തിയപ്പോൾ മണി പതിനൊന്ന് കഴിഞ്ഞിരുന്നു. ജീവിതത്തിലിത്രയധികം ശകാരം കേട്ട ഒരു ദിവസം പിന്നീടുണ്ടായിട്ടില്ല. പഠിക്കുന്ന കുട്ടിയെ ഫുട്ബോൾ മത്സരം കാണാൻ കൊണ്ടുപോയി ചീത്ത കുട്ടിയാക്കിയതിനു വല്യച്ഛനും വല്യച്ഛന്റെ താളത്തിനു തുള്ളി ചെണ്ടപ്പുറത്തു കോലു വെക്കുന്നേടത്തൊക്കെ പോയതിന് എനിക്കും. ലളിത ടീച്ചറുടെ ശകാരം കേട്ടിട്ടുള്ളവർക്കറിയാം അതിന്റെ എരിവും പുളിയും.

മോഡൽ സ്കൂളിലെ പഠനം ഞാനെന്ന ഗ്രാമീണ ബാലനിൽ ഉണ്ടാക്കിയ മാറ്റങ്ങൾ ചെറുതല്ല. സത്യം പറഞ്ഞാൽ, ദിവസവും

ഉള്ള രണ്ടു മണിക്കൂർ യാത്രയുടെ ക്ഷീണം അന്നത്തെ പത്തു വയസ്സുകാരന് താങ്ങാവുന്നതിലും അധികമായിരുന്നു. പാഠപുസ്തകങ്ങളുമായുള്ള ബന്ധം ശരിക്കും വേർപെട്ടു. പഠനം താമരശ്ശേരി ചുരം ഇറങ്ങിയ പപ്പൂന്റെ റോഡ് എൻജിൻ പോലെ കൂപ്പു കുത്തി. മൂന്നരയ്ക്ക് സ്കൂൾ വിട്ടതിനു ശേഷം തൃശ്ശൂർ പട്ടണത്തിലെ കലാപരിപാടികൾ കഴിഞ്ഞു മിക്കവാറും വല്ല്യച്ഛനും ഞാനും അന്തിക്കാടെത്തുന്നത് രാത്രി എട്ടുമണിയോടെ ആയിരുന്നു. പിന്നെ എവിടെ പഠിക്കാൻ സമയം?

ആയിടയ്ക്കാണ് വല്യച്ഛനൊരു ദിവസം അത്യധികം സന്തോഷവാനായി വീട്ടിലേക്കു കയറി വന്നത്. വല്യച്ഛനൊരു കേസ് ജയിച്ചത്രെ. അതും കേരള സർക്കാരിനെതിരെ കൊടുത്ത കേസ്. കോപ്പുണ്ണി മാഷ് ഒരു പട്ടാളക്കാരനായിരുന്നു എന്ന കഥ മിക്കവാറും ആർക്കും അറിയുമായിരുന്നില്ല. പട്ടാളത്തിൽനിന്ന് തിരികെ എത്തിയതിനു ശേഷമാണ് വല്യച്ഛൻ മലയാളത്തിൽ ബിരുദാനന്തര ബിരുദവും അദ്ധ്യാപക പരിശീലനവും നേടിയത്. ആവശ്യത്തിനുള്ള യോഗ്യതയുണ്ടായിട്ടും സർക്കാർ ട്രെയിനിങ് കോളേജിലെ ലക്ചറർ ഒഴിവിലേക്ക് അപേക്ഷിച്ച വല്യച്ഛന്റെ അപേക്ഷ സർക്കാർ നിർദ്ദാക്ഷിണ്യം തള്ളി. അതിനെതിരെ ആയിരുന്നു വല്യച്ഛൻ കേസ് കൊടുത്തത്. കേസ് ജയിക്കുക മാത്രമല്ല, വല്യച്ഛനെ അനന്തപുരിയിലെ സർക്കാർ ട്രെയിനിങ് കോളേജിൽ അദ്ധ്യാപകനായി നിയമിക്കുകയും ചെയ്തു. രാജ്യത്തെ സേവിച്ച പട്ടാളക്കാരനെ ഇട്ടു നെട്ടോട്ടമോടിച്ചതിനു കൊപ്പുണ്ണി മാഷ്ക്ക് സർക്കാർ നൂറ്റി ഇരുപതു രൂപ പിഴയായി നൽകാനും കോടതി ഉത്തരവിട്ടു. എത്ര നല്ല കോടതി അല്ലേ? വല്യച്ഛൻ അന്ന് ആഹ്ലാദത്തിമർപ്പിൽ തുള്ളിച്ചാടുകയായിരുന്നു.

ആ സന്തോഷത്തിനിടയിൽ എന്റെ ദുഃഖം ആരും കണ്ടില്ല. എന്റെ മനസ്സിൽ ഒരു ഇടിത്തീയായിരുന്നു വീണത്. വല്യച്ഛൻ മോഡൽ സ്കൂളിൽ നിന്ന് തിരുവന്തപുരത്തേക്കു പോയാൽ എന്റെ തൃശ്ശൂർ പ്രദക്ഷിണം അതോടെ നിൽക്കും. വീട്ടിലെയും നാട്ടിലെയും സകലമാന ജനങ്ങളും 'തൃശ്ശൂര് പഠിക്കുന്ന കുട്ടിയുടെ' പരീക്ഷയിൽ കിട്ടുന്ന മാർക്കിന്റെ നിലവാരം അറിയും. പ്രത്യേകിച്ച് കണക്കിലെ മാർക്ക് കണക്കു ടീച്ചറായ അമ്മയ്ക്ക് മാനക്കേടുണ്ടാക്കും. ഇതിനെല്ലാം ഒരു തടയായി വർത്തിച്ചത് വല്യച്ഛനായിരുന്നു. സത്യം പറയാല്ലോ, അത്തരം സന്ദർഭങ്ങളിൽ ഞാനൊരു തികഞ്ഞ ഈശ്വര വിശ്വാസി ആയി മാറാറുണ്ട്.

ആയിടയ്ക്ക് ഞാനൊരു നാഷണൽ മെറിറ്റ് സ്കോളർഷിപ് പരീക്ഷ എഴുതിയിരുന്നു. ഇന്ത്യയിലെ ഗ്രാമപ്രദേശങ്ങളിൽ നിന്നുള്ള

കുട്ടികൾക്ക് വലിയ നിലവാരത്തിലുള്ള റെസിഡൻഷ്യൽ വിദ്യാലയ ങ്ങളിൽ പഠിക്കാനുള്ള അവസരമൊരുക്കാൻ ഉദ്ദേശിച്ചുകൊണ്ടുള്ള സ്കോളർഷിപ്പായിരുന്നു അത്.

ഒരോ വർഷവും ഇന്ത്യയിലൊട്ടുക്ക് പത്തോ പതിനഞ്ചോ കുട്ടി കളെ ആയിരുന്നു ആ സ്കോളർഷിപ്പിന് തിരഞ്ഞെടുത്തിരുന്നത്. അവരുടെ തുടർന്നുള്ള റെസിഡൻഷ്യൽ സ്കൂളുകളിലെ സെക്ക ണ്ടറി വിദ്യാഭ്യാസത്തിന്റെ ചെലവ് മുഴുവനും കേന്ദ്രസർക്കാർ വഹി ക്കുമായിരുന്നു. വല്യച്ഛന്റെ മകൻ രാജീവേട്ടൻ ഈ സ്കോളർഷിപ്പി നർഹനായി ഹൈദ്രാബാദ് പബ്ലിക് സ്കൂളിൽ പഠനം പൂർത്തിയാക്കി യിരുന്നു. മൂന്നു ലെവലിൽ ഉണ്ടായിരുന്ന ഈ കഠിനപരീക്ഷ പാസ്സാ വാൻ തൃശ്ശൂർ പ്രദക്ഷിണം ഉപകരിക്കുമെന്ന് ഞാൻ സ്വപ്നത്തിൽ പോലും നിരീച്ചില്ല. അതും സംഭവിച്ചു. ആ വർഷം ഇന്ത്യയൊട്ടുക്ക് സ്കോളർഷിപ്പ് കിട്ടിയ പന്ത്രണ്ട് പേരിൽ ഒരാളായി ഞാനും ഉണ്ടാ യിരുന്നു. കാരണം വേറൊന്നുമല്ല, ഇന്റർനെറ്റും ഗൂഗിൾ അപ്പൂപ്പനും ഒന്നും ഇല്ലാതിരുന്ന അക്കാലത്തു അറിവിന്റെ ലോകത്തേക്കുള്ള വഴിയാണ് തൃശ്ശൂർ നഗരം എനിക്ക് ഒരുക്കി തന്നത്. വല്യച്ഛൻ എന്റെ വഴികാട്ടിയുമായി വർത്തിച്ചു.

അങ്ങനെ ഏഴാംക്ലാസ്സിൽ പഠിക്കുമ്പോൾ എന്റെ പ്രിയപ്പെട്ട തൃശ്ശൂർ പട്ടണവും മോഡൽ സ്കൂളും വിട്ട് തിരുവനന്തപുരം ലയോള സ്കൂളിലേക്കു ഞാൻ ചേക്കേറി. അവിടേക്കു പെട്ടിയുമായി മദ്രാസ് തിരുവനന്തപുരം മെയിൽ കയറുമ്പോൾ എനിക്ക് പന്ത്രണ്ടു വയസ്സ് മാത്രമേ പ്രായമുണ്ടായിരുന്നുള്ളൂ. കൂടെ അച്ഛനും പിന്നെ എന്റെ പ്രിയപ്പെട്ട വല്യച്ഛൻ കോപ്പുണ്ണി മാഷും. അവിടന്നങ്ങോട്ട് ഞങ്ങ ളുടെ യാത്ര ശ്രീ പദ്മനാഭന്റെ നാട്ടിലായി അനന്തപുരിയെന്ന മഹാനഗരത്തിൽ. ആ കഥകൾ പിന്നീടെഴുതാം.

തൃശ്ശൂർ നഗരത്തിന്റെയും മോഡൽ സ്കൂളിന്റെയുമായി എന്റെ മനസ്സിൽ സൂക്ഷിച്ചിരിക്കുന്ന ആ മയിൽപ്പീലിയിലെ വർണ്ണങ്ങൾ ഒരുകാലത്തും മങ്ങുകയില്ല. ആ വർണ്ണങ്ങളിങ്ങനെ പൂരത്തിന് പൊട്ടി ച്ചിതറുന്ന അമിട്ട് പോലെ ഇടയ്ക്കിടെ പൊട്ടിച്ചിതറിക്കൊണ്ടിരിക്കും.

സ്നേഹം.

വാൽക്കഷ്ണം: ഇത് വായിച്ചിട്ട് കുട്ടികൾക്ക് സ്കോളർഷിപ്പ് കിട്ടാനായി മാതാപിതാക്കൾ അവരെ കൊണ്ടുവന്ന്, തൃശ്ശൂർ മോഡൽ സ്കൂളിൽ ചേർത്ത്, തൃശ്ശൂർ തേക്കിൻകാട് മൈതാനത്തു തുറന്നുവിടല്ലേ.

1981ലെ ആൺകുട്ടികൾ

സത്യമായിട്ടും ഞാൻ ലിംഗസമത്വത്തിൽ അടിയുറച്ചു വിശ്വസിക്കുന്ന ഒരാളാണ്. എന്നിരുന്നാലും ഈ ലേഖനത്തിന്റെ തലക്കെട്ട് ഇങ്ങനെത്തന്നെ ഇരിക്കട്ടെ എന്ന് കരുതി. തിരുവനന്തപുരം ലയോള സ്കൂളിൽ നിന്ന് 1981ൽ പഠിച്ചിറങ്ങിയ ആൺകുട്ടികളുടെ ഒരു സംഗമം കഴിഞ്ഞ 2023 മാർച്ച് മാസത്തിൽ നടക്കുകയുണ്ടായി. നാല്പത്തിരണ്ട് വർഷങ്ങൾക്കു മുൻപ് ആ 14 ഏക്കർ ക്യാമ്പസ്സിൽ, ഞങ്ങൾ ഞങ്ങളായി പുനർജനിച്ച കഥ എത്ര പറഞ്ഞാലും മതിയാവില്ല. കൂടെ പഠിച്ച സുഹൃത്ത്, രാജ് സുബ്രഹ്മണ്യം, FedEx എന്ന രാജ്യാന്തര കമ്പനിയുടെ തലവനായതിനു ശേഷം അദ്ദേഹത്തിന് ലഭിച്ച പ്രവാസി ഭാരതീയ സമ്മാനവും പിന്നീട് സ്കൂളുമായി ബന്ധപ്പെട്ട ലയോള ഗ്ലോബൽ അച്ചീവ്മെന്റ് അവാർഡും വർഷങ്ങൾക്കു ശേഷമുള്ള ഞങ്ങളുടെ ഒത്തുചേരലിന് നിമിത്തമായി.

നാല്പത്തിരണ്ട് വർഷങ്ങൾ മനസ്സിനും ശരീരത്തിനും ഏൽപ്പിച്ച മാറ്റങ്ങളെല്ലാം മറന്ന് ലോകത്തിന്റെ, പല കോണുകളിൽനിന്നും ആ ആൺകുട്ടികൾ, ഇടവപ്പാതിയിലെ മഴപോലെ, അനന്തപുരിയിലേക്ക് ആർത്തലച്ചു പെയ്തിറങ്ങുകയായിരുന്നു. അക്കൂട്ടത്തിൽ പ്രഗത്ഭരായ ഡോക്ടർമാരുണ്ടായിരുന്നു, കോർപ്പറേറ്റുകളെ നിയന്ത്രിക്കുന്ന കമ്പനി തലവന്മാരുണ്ടായിരുന്നു, എഞ്ചിനീയർമാരുണ്ടായിരുന്നു, പ്രസിദ്ധരായ കലാകാരന്മാരുണ്ടായിരുന്നു, നമ്മുടെ സേനകളെ നിയന്ത്രിക്കുന്ന സേനാധിപന്മാരുണ്ടായിരുന്നു, പിന്നെ പ്രഗത്ഭരായ ശാസ്ത്രജ്ഞന്മാരും.

സംഗീതോപകരണങ്ങളുടെ അകമ്പടിയോടെ പാട്ടു പാടി, നൃത്തം ചവിട്ടി, രാത്രിയും പകലുമറിയാതെ കോവളത്ത് രണ്ടു ദിനം കടന്നുപോയതറിഞ്ഞില്ല.

വർഷങ്ങൾക്കു മുൻപ് ലയോള സ്കൂൾ ക്യാമ്പസ്സിൽ ചെലവഴിച്ച കാലഘട്ടത്തിന്റെ ഓർമ്മകളായിരുന്നു മനസ്സ് നിറയെ. പഠിപ്പിൽ

ഒന്നാമന്മാരായിരുന്നു അവിടെ കലാകായിക രംഗങ്ങളിലും ഒന്നാമന്മാർ. പ്രിൻസിപ്പാൾ ഫാദർ സി.പി. വർക്കിക്ക് അന്ന് സ്കൂളിലെ എല്ലാ കുട്ടികളുടെയും പേരുകൾ മനപ്പാഠമായിരുന്നു. അദ്ദേഹത്തെ നേർക്കുനേർ കണ്ടുമുട്ടിയാൽ, വീട്ടിലെ മാതാപിതാക്കളുടെ പേരെടുത്തു പറഞ്ഞു വിശേഷങ്ങൾ ചോദിക്കുമായിരുന്നു. ചൂരലില്ലാതെ ഒരു വലിയ സ്കൂൾ മുഴുവൻ അദ്ദേഹം നിയന്ത്രിച്ചിരുന്നത് ഈ നയതന്ത്രം കൊണ്ടായിരുന്നു.

ക്യാമ്പസ്സിലെ ഓരോ മരത്തിലും അവയുടെ ബൊട്ടാണിക്കൽ നാമങ്ങളും ഇംഗ്ലീഷിലും മലയാളത്തിലും ഉള്ള പേരുകളും രേഖപ്പെടുത്തിയിരുന്നു. ഇന്നും യാത്രകൾക്കിടയിൽ മരങ്ങളുടെ പേരുകൾ ഓർത്തു പറയാൻ എനിക്ക് സാധിക്കുന്നത് അതുകൊണ്ടാണ്. ഒരു വർഷം ഗാന്ധിജയന്തിയോടനുബന്ധിച്ചു ക്യാമ്പസ്സിലെ താഴ്വാര പ്രദേശം മുഴുവൻ കാറ്റാടി മരത്തൈകൾ നടാൻ ഫാദർ സി.പി. വർക്കി നിർദ്ദേശം നൽകി. ഒരാഴ്ചകൊണ്ട് കുട്ടികളെല്ലാരും കൂടി വച്ച് പിടിപ്പിച്ച കാറ്റാടി മരങ്ങളുടെ ഉപയോഗം അന്ന് ഫാദർ ഞങ്ങളോട് പറഞ്ഞിരുന്നു.

25 വർഷങ്ങൾക്കപ്പുറം നെടുംതൂണുകളായി മാറുന്ന ആ കാറ്റാടി മരങ്ങൾ മുറിച്ചു വിറ്റാൽ, ആ മരങ്ങൾ വളർന്ന പ്രദേശത്തു ഒരു വലിയ സ്റ്റേഡിയം പണി കഴിപ്പിക്കാനുള്ള പണം സ്വരൂപിക്കാനാവുമത്രെ. കാറ്റാടിമരത്തിന്റെ തൈ നടാനായിരുന്നില്ല അന്നദ്ദേഹം ഞങ്ങളെ പഠിപ്പിച്ചത്. ദീർഘവീക്ഷണത്തോടെ, ഇന്ന് ഒരു മരം നട്ടാൽ 25 വർഷങ്ങൾക്കപ്പുറം സ്കൂളിന്റെ ഒരു വലിയ സ്വപ്നം യാഥാർത്ഥ്യമാക്കാം എന്നൊരു വലിയ പാഠം ഞങ്ങളിലേക്ക് പകർന്നു തരികയായിരുന്നു അദ്ദേഹം ചെയ്തത്. ഇന്ന് ക്യാമ്പസ്സിൽ ചെന്നാൽ കാറ്റാടി മരങ്ങൾ നിറഞ്ഞു നിന്ന സ്ഥലത്തു നല്ലൊരു ഇൻഡോർ സ്റ്റേഡിയം തല ഉയർത്തി നിൽക്കുന്നത് കാണാം. എല്ലാ കാര്യങ്ങളെയും വിശാലമായ വീക്ഷണകോണിലൂടെ നോക്കിക്കാണാനാനുള്ള കഴിവ് തന്നെയാണ് ലയോളയിൽ നിന്നും ഞങ്ങൾക്ക് ലഭിച്ച ഏറ്റവും വലിയ നിധി.

മറ്റൊരവസരത്തിലെ ഞങ്ങളുടെ കായികാദ്ധ്വാനത്തിന്റെ സ്മാരകമാണ് സ്കൂളിന് മുൻവശത്തുള്ള റിങ്ക് ഹോക്കി മൈതാനം. ചെരിവുള്ള ഭൂമിയുടെ ഒരു മൂലയ്ക്ക് നിന്ന് എത്ര അടി ആഴത്തിൽ മണ്ണെടുക്കണം, അത് മറ്റേ കോണിൽ എത്തിച്ചു നിരപ്പായ പ്രതലം എപ്രകാരം ഉണ്ടാക്കിയെടുക്കണം തുടങ്ങിയ എഞ്ചിനീയറിംഗ് സംബന്ധമായ കാര്യങ്ങൾപോലും പ്രിൻസിപ്പൽ അച്ചൻ ക്ഷമയോടെ ഞങ്ങൾക്ക് പറഞ്ഞു തരുമായിരുന്നു.

ദുർഗന്ധത്തിൽ നിന്ന് മൂക്കുപൊത്തി അകലം പാലിച്ചു നടക്കുന്ന ആളല്ല വൃത്തിയുള്ളവൻ, മറിച്ച് ആ ദുർഗ്ഗന്ധത്തിനുറവിടം ശുദ്ധീകരിക്കാൻ മനസ്സുള്ളവനാണ് നല്ല മനുഷ്യനെന്ന് ലയോള ജീവിതം ഞങ്ങളെ പഠിപ്പിച്ചു. സ്കൂളിലെ ശൗചാലയങ്ങൾ കുട്ടികൾ തന്നെ വൃത്തിയാക്കാൻ ആഴ്ചയിൽ ഒരു പീരീഡ് നീക്കി വെച്ചിരുന്നു.

സാമൂഹ്യസേവനം ഞങ്ങളുടെ ദിനചര്യയുടെ ഭാഗമായിരുന്നു. സമീപപ്രദേശങ്ങളിലെ ജനങ്ങൾക്ക് പ്രാപ്യമായ ഒരു മെഡികെയർ സ്ഥാപനം സ്കൂൾ സമയത്തിനുശേഷം ഞങ്ങൾ നടത്തിയിരുന്നു. ബ്രദർ വണ്ടകം എന്ന സരസനായ ഒരു പാതിരിയായിരുന്നു അതിനു നേതൃത്വം നൽകിയിരുന്നത്. സഹജീവികളുടെ ക്ഷേമം ഞങ്ങളുടെ ഓരോരുത്തരുടേയും കടമയായി മാറിയിരുന്നു. അക്കാലത്ത് ഉച്ച സമയത്തെ ഇടവേളകളിൽ കുറുമ്പു കാട്ടി പാഞ്ഞു നടന്നിരുന്ന എൽ.കെ.ജിയിലെയും യു.കെ.ജിയിലെയും കുഞ്ഞുകുട്ടികൾ വീണു പരിക്കേറ്റാൽ, അവർക്കു പ്രാഥമിക ശുശ്രൂഷകൾ ചെയ്തു കൊടുക്കാനും മറ്റുമായി വലിയ കുട്ടികളുടെ ഒരു സംരക്ഷണ വലയം തന്നെയുണ്ടായിരുന്നു. 'നൂൺ സ്ക്വാഡ്' എന്നറിയപ്പെട്ടിരുന്ന ഈ വളണ്ടിയർ സംഘത്തിന്റെ പ്രവർത്തനം ഏറെ വിലപ്പെട്ടതായിരുന്നു. ഇതൊക്കെയാണ് ലയോളയെ മറ്റുള്ള വിദ്യാഭ്യാസ സ്ഥാപനങ്ങളിൽ നിന്ന് വ്യത്യസ്തമാക്കിയിരുന്നത്. ഓർമ്മകളേറെയുണ്ട് പറയാനും എഴുതാനും. അടുക്കും ചിട്ടയുമില്ലാതെ പരന്നൊഴുകിയെത്തുന്ന ചില നല്ലോർമ്മകൾ ഇവിടെ കുറിക്കട്ടെ

തിങ്കളാഴ്ചകളിലെ സ്കൂൾ അസംബ്ലിക്കും ശനിയാഴ്ചകളിലെ എൻ.സി.സിക്കും ഷൂസ് നിർബന്ധമായിരുന്നു, ഷൂസുമിട്ടു ദിവസം മുഴുവൻ നടക്കാനുള്ള മടികൊണ്ട് കാലിലൊരു ബാൻഡേജും കെട്ടി ബോർഡിങ്ങിലെ പ്രീഫെക്റ്റിന്റെ മുന്നിൽ വേദന നടിച്ചു സ്കൂൾ ഡയറിയിൽ ഒപ്പു വാങ്ങി ഷൂസിൽനിന്ന് രക്ഷപ്പെട്ടു നടന്നിരുന്ന ചില കൂട്ടുകാരുണ്ടായിരുന്നു അന്ന്. അതിൽ പലരും ഇന്ന് ഇന്ത്യയുടെ കരസേനയുടെയും വായുസേനയുടെയും നാവികസേനയുടെയും ഉയർന്ന റാങ്കുകളിൽ സേവനനിരതരായി ഷൂസിട്ടു തന്നെ മാർച്ച് ചെയ്യുന്നു.

ക്യാമ്പസ്സിലെ മാവുകളിൽ കല്ലോ വടിയോ എടുത്തെറിഞ്ഞു മാങ്ങ പറിക്കാനുള്ള അനുവാദമുണ്ടായിരുന്നില്ല. പക്ഷേ അവധി ദിവസങ്ങളിൽ മാവിൽ പിടിച്ചു കയറി എത്ര മാങ്ങ വേണമെങ്കിലും പറിച്ചു തിന്നാമായിരുന്നു. ഒരു കല്ലേറിൽ മാങ്ങയോടൊപ്പം അനേകം കണ്ണിമാങ്ങകളും പൂക്കളും കൊഴിഞ്ഞുവീഴുമെന്ന ഉത്തരവാദിത്ത ബോധം ഉണർത്താനുള്ള നിയമമായിരുന്നു അത്.

തിരുവനന്തപുരം ലയോള സ്കൂൾ

“നിങ്ങൾ ധൈര്യമായി കയറിക്കോളൂ, താഴെ വീണാൽ ആശുപത്രിയിൽ കൊണ്ടുപോകേണ്ട കാര്യം ഞാൻ ഏറ്റു” എന്നതായിരുന്നു ബോർഡിങ് ഡയറക്ടർ അച്ചന്റെ ഉറപ്പ്, കശുമാവുകളുടെ ഉയരത്തിലുള്ള കൊമ്പുകളിൽ ഇരുന്നു കൊച്ചു ട്രാൻസിസ്റ്റർ റേഡിയോ ചെവിയിൽ വെച്ച് പാട്ടും ക്രിക്കറ്റ് കമന്ററിയും കേട്ട്, കാറ്റും കൊണ്ടിരിക്കുന്നത് അന്നത്തെ ഒരു വാരാന്ത്യ നേരമ്പോക്കായിരുന്നു. മരക്കൊമ്പിലിരുന്നു ഉറങ്ങി താഴെ വീണ ചരിത്രവും ഉണ്ട്. ജീവിതത്തിന്റെ പടവുകൾ ലാഘവത്തോടെ കയറാൻ ഇതിലും നല്ലൊരു പരിശീലനം വേറെ എവിടെയും കിട്ടിയിട്ടില്ല.

ആയിടെയാണ് ഒരു കുട്ടി ഉഗാണ്ടയിൽനിന്ന് വന്നു ഞങ്ങളുടെ ക്ലാസ്സിൽ ചേർന്നത്. ഉഗാണ്ടയിലെ കുപ്രസിദ്ധനായ ഭരണാധികാരി ഇദി അമീൻ 1979ൽ പുറത്താക്കപ്പെട്ടപ്പോൾ, അയാളുടെ കൊച്ചിക്കാരനായ പേർസണൽ സെക്രട്ടറിയുടെ മകനായിരുന്നു ആ സുഹൃത്ത്. ഇദി അമീനെപ്പോലെ, അതിക്രൂരനായ ഒരു ഭരണാധികാരിയുടെ പേർസണൽ സ്റ്റാഫിൽ കയറിക്കൂടാൻ കഴിയുമെങ്കിൽ മലയാളിക്ക് പിന്നെ എവിടെയൊക്കെ എത്തിക്കൂടാ? ഉഗാണ്ടക്കാരൻ ഞങ്ങൾ ഭയപ്പെട്ടപോലെ കുഴപ്പക്കാരനായിരുന്നില്ല. അണ്ണാനേക്കാൾ നന്നായി മരം കയറലായിരുന്നു അയാളുടെ ഇഷ്ടവിനോദം.

അക്കാലത്ത് ഉഗാണ്ടയിലെ സ്കൂളുകളിൽ ഒരു ക്ലാസ്സിൽ മൂന്ന് അദ്ധ്യാപകർ ഉണ്ടാകുമായിരുന്നത്രെ. ഒരാൾ പാഠങ്ങൾ പഠിപ്പിക്കാനും മറ്റു രണ്ടുപേർ കുട്ടികളെ മരങ്ങളിൽനിന്ന് താഴെ ഇറക്കി

കൊണ്ടുവന്ന് ക്ലാസ്സിലിരുത്താനും. എന്തായാലും ലയോളയിൽ മരത്തിൽനിന്ന് പിടിച്ചിറക്കാൻ അദ്ധ്യാപകർ ഇല്ലാതിരുന്നതിനാൽ അവൻ ഏറെ സന്തോഷവാനായിരുന്നു.

മൂന്നരയ്ക്ക് സ്കൂൾ വിട്ടാൽ ഏതെങ്കിലും ഒരു അടുക്കും ചിട്ടയുമുള്ള കായിക ഇനത്തിൽ ഏർപ്പെടണമെന്നത് നിർബന്ധമുള്ള കാര്യമായിരുന്നു. കഴുത്തിലൂടെ തൂക്കിയിട്ട വിസിലുമായി ഹോക്കി ഗ്രൗണ്ടിൽ വൈസ് പ്രിൻസിപ്പൽ കുരുവിളഅച്ചൻ എന്നും ഉണ്ടാവാറുണ്ട്. ഹോക്കിയെ ഇത്ര അഭിനിവേശത്തോടെ സമീപിച്ചിരുന്ന വേറെ ഒരാളെ ഞാനതിനുശേഷം കണ്ടുമുട്ടിയിട്ടില്ല. കുരുവിള അച്ചന് ആവേശം കൂടിയാൽ പിന്നെ അദ്ദേഹത്തിന്റെ കുടവയറും ഹോക്കി ബോളും തമ്മിലായിരുന്നു മത്സരം. കളിക്കിടയിൽ കിതച്ച് ക്ഷീണിച്ച് അവശനായി നിൽക്കുമ്പോഴും കുരുവിള അച്ചന്റെ കണ്ണിലെ തിളക്കവും സദാ ഉള്ള പുഞ്ചിരിയും മനസ്സിൽനിന്ന് ഒരിക്കലും മായില്ല.

ബാസ്കറ്റ് ബോൾ കോർട്ടിലാണെങ്കിൽ പ്രായത്തെ അതിജീവിച്ച ഊർജ്ജവുമായി പ്രിൻസിപ്പൽ, ഫാദർ സി.പി. വർക്കി തന്നെ മിക്കവാറും ഉണ്ടാകുമായിരുന്നു. ഒരിക്കൽ ഒരു സൗഹൃദമത്സരം കഴിഞ്ഞപ്പോൾ, ഞങ്ങൾ സ്കോർ ഷീറ്റിനു മുന്നിൽ ഓരോരുത്തരുടെയും വ്യക്തിഗത സ്കോർ അറിയാൻ തിടുക്കം കൂട്ടി നിൽക്കുന്നതു കണ്ടപ്പോൾ, അദ്ദേഹം അടുത്ത് വന്നു പറഞ്ഞു. “ബോള് ബാസ്കറ്റിൽ വീഴുന്നതിനു തൊട്ടു മുൻപ് അവസാനം തൊടുന്ന ആളാണ് സ്കോറർ. ആ ബോൾ അവിടം വരെ എത്തിയത് ടീമിലുള്ള അഞ്ചുപേരുടെ ഒത്തൊരുമിച്ചുള്ള ശ്രമഫലമായിട്ടാണ്. അതുകൊണ്ട് വ്യക്തിഗത സ്കോറുകൾക്ക് ബാസ്കറ്റ് ബോളിൽ സ്ഥാനമില്ല.”

അതിനുശേഷം 50 വയസ്സുവരെ തുടർന്ന എന്റെ ബാസ്കറ്റ് ബോൾ ജീവിതത്തിൽ ഒരിക്കൽപോലും ഞാൻ വ്യക്തിഗത സ്കോർ ആരാഞ്ഞു പോയിട്ടില്ല. ഇത്തരത്തിലുള്ള ബോധനമാണ് ലയോളയിലെ കുട്ടികൾ എല്ലാ മേഖലയിലും നല്ല കൂട്ടായ പ്രവർത്തനങ്ങളിൽ ശോഭിക്കാൻ കാരണമായത്.

ലാറി ബേക്കർ എന്ന ലോക പ്രശസ്തനായ വാസ്തുശില്പിയുടെ ആവിഷ്കാര സ്പർശമുള്ള കുറെയേറെ കെട്ടിടങ്ങൾ ലയോള ക്യാമ്പസ്സിൽ ഉണ്ടായിരുന്നു. കുതിര ലാടാകൃതിയിലുള്ള ജൂനിയർ സ്കൂൾ, സട്ടർ ഹാളെന്നറിയപ്പെട്ടിരുന്ന പള്ളി ആഡിറ്റോറിയം, കാന്റീൻ, സ്പോർട്സ് പവലിയൻ, ഡ്രാക്കുള കോട്ടയെ അനുസ്മരിപ്പിക്കുന്ന കോളേജ് വനിതാ ഹോസ്റ്റൽ, ഇവയെല്ലാം അദ്ദേഹത്തിന്റെ പ്രതിഭയുടെ ജീവനുള്ള ഉദാഹരണങ്ങളായിരുന്നു. പ്രകൃതിയോടടുത്തു നിന്നിരുന്ന ഈ കെട്ടിടസമുച്ചയങ്ങളും അത്തുൽ എന്ന

സസ്യസ്നേഹിയായ തോട്ടക്കാരന്റെ ആത്മാർത്ഥമായ പരിശ്രമവും ആ ക്യാമ്പസ്സിനെ ഞങ്ങളുടെ പ്രിയപ്പെട്ടതാക്കി തീർത്തു. ഞങ്ങളുടെ മനസ്സിനെ പ്രകൃതിയോടടുപ്പിച്ചതും ആ ക്യാമ്പസ് തന്നെയായിരുന്നു.

ബോർഡിങ്ങിൽ രാവിലെ ആറരയ്ക്ക് കത്തോലിക്കാകുട്ടികൾക്ക് പള്ളിയിൽ പോവാനുള്ള വിളി വരുമ്പോൾ, ഭക്തിപാരവശ്യം കൊണ്ട് മുന്നിൽ ഇറങ്ങിയോടുന്നത് കത്തോലിക്കാരല്ലാത്ത മറ്റു പലരുമായിരുന്നു. അതിനു രണ്ട് കാരണങ്ങൾ ഉണ്ടായിരുന്നു. ആറര മുതൽ ഏഴുമണി വരെയുള്ള പഠിത്തസമയം പള്ളിയിൽ വായ് നോട്ടവുമായി ചെലവഴിക്കാം, പിന്നെ ഭക്ഷണശാല പള്ളിയുടെ അടുത്തായിരുന്നതുകൊണ്ട്, ഒന്നാമതായി പ്രാതൽ കഴിക്കാനവിടെ എത്തിച്ചേരാം.

വൈകീട്ട് ഏഴര മുതൽ എട്ടര വരെ ആയിരുന്നു അത്താഴത്തിനും മറ്റു വിനോദങ്ങൾക്കുമുള്ള സമയം. അത്താഴം ഒരുവിധം കഴിച്ചെന്നു വരുത്തി ടേബിൾ ടെന്നീസ് ബോർഡിൽ സ്ഥാനം ഉറപ്പിക്കാനുള്ള ഓട്ടം ഒന്ന് കാണേണ്ടത് തന്നെയാണ്. ഒരിടയ്ക്ക് നക്ഷത്രങ്ങളോടുള്ള ഇഷ്ടംകൂടി ആ രാത്രിസമയത്തു നക്ഷത്രക്കൂട്ടങ്ങളും അവയുടെ പേരുകളും സ്ഥാനങ്ങളും രേഖപ്പെടുത്തിയ വലിയ വിജ്ഞാനകോശവും ടോർച്ചുമൊക്കെയായി ഫുട്ബോൾ മൈതാനത്ത് ഒത്തുകൂടുന്ന പതിവുണ്ടായിരുന്നു.

ടേം പരീക്ഷകളുടെ അവസാന ദിവസം, എറണാകുളം, തൃശ്ശൂർ ജില്ലകളിൽ നിന്നുള്ള ഞങ്ങളിൽ കുറച്ചുപേർ പ്രിൻസിപ്പാളച്ചന്റെ അനുമതി വാങ്ങി ഒരു മണിക്കൂർ മുൻപേ പരീക്ഷ എഴുതാറുണ്ടായിരുന്നു. ഉച്ചയ്ക്ക് 12.05ന് തമ്പാന്നൂരിൽനിന്ന് പുറപ്പെടുന്ന മദ്രാസ് മെയിൽ പിടിച്ചു വീട്ടിൽ പോകാനായിരുന്നു ഈ അനുവാദം അദ്ദേഹം തന്നിരുന്നത്. ലൈബ്രറിയിൽ വെച്ച് നടത്തിയിരുന്ന ഈ പരീക്ഷാസമയത്തു ഫാദർ സി.പി. തന്നെ നേരിട്ട് വരുമായിരുന്നു. മുൻകൂട്ടി നിശ്ചയിച്ചുറപ്പിച്ച ആംഗ്യഭാഷ ഉപയോഗിച്ച് കുറച്ച് ചോദ്യങ്ങളെങ്കിലും ചോർത്താം എന്ന ഉദ്ദേശ്യത്തോടെ ലൈബ്രറിയുടെ അരികിലൂടെ യാദൃച്ഛികമെന്നോണം നടക്കുന്നവരെ വിരട്ടി ഓടിക്കാനായിരുന്നു അദ്ദേഹം എത്തിയിരുന്നത്.

അന്നത്തെ ആ ട്രെയിൻ യാത്രകളിൽ ആലുവ സ്റ്റേഷൻ കഴിഞ്ഞാൽ തൃശ്ശൂർ വരെ ഞാൻ തനിച്ചാകുമായിരുന്നു. ആ സമയത്തു ലോകത്തിലെ ഏറ്റവും വിലപിടിപ്പുള്ള വസ്തുവാണെന്ന മട്ടിൽ യാത്രാബാഗ് മടിയിൽ മുറുകെപ്പിടിച്ചിരിക്കുമായിരുന്നു. തീവണ്ടിയുടെ ജനലിലൂടെ പുറത്തേക്കു നോക്കി ഓട്ടുകമ്പനികളുടെ

പുകക്കുഴലും എണ്ണി, തൃശ്ശൂരിനു മുന്നത്തെ സ്റ്റേഷനായ പുതുക്കാടെത്തിയോ എന്നറിയാൻ ആകാംക്ഷ പൂണ്ടുള്ള അന്നത്തെ പന്ത്രണ്ടു വയസ്സുകാരന്റെ ഇരിപ്പ് ഇപ്പോഴും ഓർമ്മയിൽ തെളിഞ്ഞു നിൽക്കുന്നു. ക്രോസിങ്ങിനായി ട്രെയിൻ എവിടെയെങ്കിലും നിറുത്തിയാൽ എന്റെ ഹൃദയമിടിപ്പ് ഉയരുമായിരുന്നു. കാരണം, അന്ന് തൃശ്ശൂർ സ്റ്റേഷനിൽ മദ്രാസ് മെയിൽ എത്തുന്ന കൃത്യസമയം വൈകീട്ട് 6.35 ആയിരുന്നു. തൃശ്ശൂർ നഗരത്തിൽനിന്ന് എന്റെ ഗ്രാമത്തിലേക്കുള്ള അവസാന ബസ് രാത്രി 7.15നും. ലാൻഡ് ഫോൺ പോലുമില്ലാതിരുന്ന ആ കാലഘട്ടത്തിൽ ഒരു രാത്രി മുഴുവൻ തൃശ്ശൂർ നഗരത്തിൽ കുടുങ്ങിപ്പോകുക എന്നത് ഒരു പന്ത്രണ്ടു വയസ്സുകാരന് അന്ന് സങ്കല്പിക്കാവുന്നതിലും അപ്പുറമായിരുന്നു. ഭാഗ്യത്തിന് അതൊരിക്കലും സംഭവിച്ചില്ല. അത്രയ്ക്ക് വിശ്വാസയോഗ്യമായിരുന്നു മദ്രാസ് മെയിൽ.

1977 ജനുവരി 30ന്, ലയോളയിൽ ചേർന്ന ദിവസം, ഒരിക്കൽ മാത്രം എന്നെ അനുഗമിച്ച എന്റെ അച്ഛനോട് ഞാൻ ഏറെ കടപ്പെട്ടിരിക്കുന്നു. കാരണം, അച്ഛന് ഞാൻ എന്ന പന്ത്രണ്ടു വയസ്സുകാരനിൽ ഉണ്ടായിരുന്ന വിശ്വാസം അത്രയേറെയായിരുന്നു. അന്ന് തുടങ്ങിയ ആ യാത്ര ഇന്നും തുടരുന്നു, ലയോളയിലെ ആൺകുട്ടി ആയി, ആത്മവിശ്വാസത്തോടെ...

സ്കൂൾ വാർഷികാഘോഷവും സ്പോർട്സ് ദിവസവും അദ്ധ്യയന വർഷാരംഭത്തിൽതന്നെ തീരുമാനിച്ചുറപ്പിച്ചു ഡയറിയിൽ രേഖപ്പെടുത്തിയിരിക്കും. തിരുവനന്തപുരത്തെ കാലാവസ്ഥയുടെ 10 വർഷത്തെ വിവരങ്ങൾ അവലോകനം ചെയ്തതിനു ശേഷമായിരുന്നത്രെ ഈ രണ്ടു ദിവസങ്ങളും തീരുമാനിച്ചിരുന്നത്. ആ ദിവസങ്ങളിൽ മഴ പെയ്യില്ല എന്ന് ഉറപ്പാക്കാൻ വേണ്ടിയായിരുന്നു ആ മുൻകരുതലുകൾ. വാർഷികാഘോഷങ്ങൾ അക്കാലത്തു വൈകീട്ട് ഏഴു മണിക്ക് സ്കൂൾ ഗാനമായ ‘ചിയർ ലയോള സൺസ്’ പാടിക്കൊണ്ട് ആരംഭിച്ചാൽ, കൃത്യം ഒമ്പതു മണിക്ക് ദേശീയഗാനത്തോടെ സമാപിക്കും. നിമിഷങ്ങളുടെ കടുകിട വ്യത്യാസം ഉണ്ടാകാറില്ല. മാത്രമല്ല, ഈ രണ്ടു മണിക്കൂറും ഒന്നുകിൽ തിരശ്ശീലയ്ക്കു മുന്നിലോ അല്ലെങ്കിൽ തിരശ്ശീല ഉയർത്തി സ്റ്റേജിലോ പരിപാടികൾ അനുസ്യൂതം നടന്നുകൊണ്ടേയിരിക്കും. ഒരു നിമിഷം പോലും കാണികൾക്കു സ്റ്റേജിൽ നിന്ന് കണ്ണെടുക്കാൻ സാധിക്കില്ല. എണ്ണയിട്ട യന്ത്രംപോലെയാണ് കുട്ടികളും അദ്ധ്യാപകരും സ്കൂളിലെ മറ്റു സ്റ്റാഫ് അംഗങ്ങളും പ്രവർത്തിച്ചിരുന്നത്. പിന്നീടങ്ങോട്ടുള്ള ജീവിതയാത്രയിൽ ഈ സമയനിഷ്ഠയും മൂർച്ചയേറിയ പ്രവർത്തന

ക്ഷമതയുമായാണ് ഞങ്ങൾ ലയോളയിലെ കുട്ടികളെ വേറിട്ട് നിർത്തിയത്.

ലയോളയിൽ ഞങ്ങളുടെ മസ്തിഷ്കത്തിൽ അറിവ് കുത്തി നിറയ്ക്കുകയായിരുന്നില്ല ചെയ്തിരുന്നത്. ഞങ്ങളെ ഞങ്ങളായി വളരാൻ അനുവദിക്കുകയായിരുന്നു. മൂല്യങ്ങളുടെ കാര്യത്തിലായാലും ഓരോരുത്തരും അവരവരുടേതായ നല്ല ജീവിതമൂല്യങ്ങൾ സ്വയം കണ്ടെത്തി അത് ജീവിതത്തിൽ പകർത്തുകയാണ് ചെയ്തത്. അല്ലാതെ, ഞങ്ങളിൽ ഒരു മൂല്യവും അടിച്ചേൽപ്പിക്കപ്പെട്ടിട്ടില്ല. അതുകൊണ്ടാണ് ഞങ്ങൾ ചരിക്കുന്ന വീഥികളിൽ ഞങ്ങളുടേതായ പാദമുദ്രകൾ പതിപ്പിച്ചുകൊണ്ട് ഓരോരുത്തരും മുന്നേറുന്നത്

ഈ അദ്ധ്യയന വർഷം മുതൽ ലയോള സ്കൂൾ പെൺകുട്ടികൾക്ക് കൂടി അവകാശപ്പെട്ടതായിരിക്കുകയാണ്. സമൂഹം തലമുറകൾ പിന്നിട്ടു മുന്നോട്ടു കുതിക്കുമ്പോൾ പുരോഗമന ചിന്തകൾക്ക് അനുസരണമായി മാറ്റങ്ങൾ വിദ്യാലയങ്ങളിൽ വന്നുകൊണ്ടേയിരിക്കണം എന്ന പക്ഷക്കാരനാണ് ഞാൻ. എന്റെ സ്കൂൾ പുരോഗമനത്തിന്റെ വഴിയിലൂടെ മുന്നോട്ടു പോകുന്നത് കാണുമ്പോൾ ഏറെ സന്തോഷവുമുണ്ട്.

എന്നിരുന്നാലും '1981ലെ ലയോളയിലെ ആൺകുട്ടികൾ' എന്ന് പറയുമ്പോഴുള്ള ആ സുഖത്തിനൊരു കുറവും ഇല്ലതാനും.

വാൽക്കഷ്ണം: ഈ എഴുത്തു ലയോള സ്കൂളിലെ വേറിട്ടൊരു മലയാളാദ്ധ്യാപകനായിരുന്ന എന്റെ പ്രിയപ്പെട്ട രാഘവക്കുറുപ്പ് സാറിന് സമർപ്പിക്കുന്നു. പാഠപുസ്തകങ്ങൾക്ക് അപ്പുറമുള്ള മലയാള ഭാഷയുടെ സൗന്ദര്യം ഞങ്ങളെ പരിചയപ്പെടുത്തിയത് അദ്ദേഹമായിരുന്നു.

പൊൻതകര

മഴയത്താണല്ലോ പൊൻതകരകൾ ആർത്തുല്ലസിച്ചു മുളച്ചു പൊങ്ങുന്നത്. ജീവിതത്തിന്റെ മഴക്കാലമായ കൗമാരത്തിൽ മുളച്ചു പൊങ്ങുന്നത് പ്രണയമാണെന്ന വ്യത്യാസമേ ഉള്ളൂ. പ്രണയം മൊട്ടിടുന്നത് ആരെങ്കിലും കണ്ടിട്ടുണ്ടോ? കണ്ടിട്ടില്ലെങ്കിൽ ഞാൻ പറഞ്ഞു തരാം ഒരു കുഞ്ഞുപ്രണയ കഥ.

അന്ന് ഒരു മഴ ദിവസമായിരുന്നു. കേരളവർമ്മ കോളേജിലെ പ്രീഡിഗ്രി ഒന്നാം വർഷക്കാരെ ആംഗലേയം പഠിപ്പിക്കാൻ ദേവനാരായണൻ മാഷ് എത്തിയതും ശക്തമായി മഴ പെയ്യാൻ തുടങ്ങിയതും ഒരുമിച്ചായിരുന്നു. ക്ലാസ് പുരോഗമിക്കുന്നതിനൊപ്പം ജനലുകളിലൂടെ അരിച്ചിറങ്ങിയ മഴവെള്ളം ക്ലാസ്റൂമിൽ തളം കെട്ടി തുടങ്ങി. മുൻ ബെഞ്ചിൽ ഇരിക്കുന്ന ഒരു പെൺകുട്ടി താഴെ വെള്ളത്തിൽ നോക്കി പുഞ്ചിരി തൂകുന്നത് അപ്പോഴാണ് ശ്രദ്ധയിൽ പെട്ടത്. ഞാനത് ഉടനെ തൊട്ടടുത്തിരുന്ന അജിത്തിന്റെ ശ്രദ്ധയിൽപ്പെടുത്തി. സോഡാഗ്ലാസ് ശരിക്കുവെച്ച് സൂക്ഷിച്ചു നോക്കി അജിത്തും അത് ശരിവെച്ചു. സതീശനെയും ശങ്കരൻകുട്ടിയെയും വിവരം അറിയിക്കാനൊരുങ്ങുന്നതിനിടയിൽ ക്ലാസ്സിൽ ഒരു പൊട്ടിച്ചിരി പരന്നു.

ഒരു പശുവും കാളയും പ്രണയാർദ്രരായി പുറകിലെ വാതിലിലൂടെ കടന്നു വരുന്നു. ജീവിതത്തിലെ മഴക്കാലം ആസ്വദിച്ചു തുടങ്ങിയ കോളേജിലെ ഒന്നാംവർഷക്കാർക്കു അതൊരു പുതുമയുള്ള കാഴ്ച ആയിരുന്നതുകൊണ്ടുകൊണ്ട്, പൊട്ടിച്ചിരി ആർത്തലച്ചുള്ള ചിരിയായി ക്ലാസ്സിലാകെ പടർന്നു. ദേവനാരായണൻ മാഷ് അൽപ്പം നാണിച്ചു, എലിപ്പത്തായം സിനിമയിലെ കരമനയുടെ കഥാപാത്രം പശുവിനെ ആട്ടിയപോലെ 'ശൂ... ശൂ..." ന്നു പറഞ്ഞു നവാഗതരെ പറഞ്ഞയയ്ക്കാൻ നോക്കുന്നുണ്ടായിരുന്നു. പുറകിലിരുന്ന എല്ലാ മിടുക്കന്മാരും ഒന്നിച്ചു ശ്രമിച്ചിട്ടും പശുവും കാളയും ക്ലാസ്സ്റൂം വിടാൻ തയ്യാറായില്ല.

അപ്പോൾ മാഷ് സഹികെട്ട് ഉറക്കെ ആത്മഗതം പറഞ്ഞു. “They should be doing such things in their private places.” (ഇത്തരം കാര്യങ്ങൾ അവർ അവരുടെ സ്വകാര്യതയിൽ ആണ് ചെയ്യേണ്ടത്) എന്തായാലും മാഷ് പറഞ്ഞ ഇംഗ്ലീഷ് മനസ്സിലായെന്നു തോന്നുന്നു. കാളയും പശുവും അച്ചടക്കത്തോടെ ക്ലാസ്സ്റൂം വിട്ടു പോയി. ഇത്രയൊക്കെ കോലാഹലം നടന്നിട്ടും മുൻബെഞ്ചിലിരുന്നു ആ പെൺകുട്ടി നിലത്തു തൂവിയ വെള്ളത്തിൽ നിന്ന് കണ്ണെടുക്കാതെ പുഞ്ചിരിച്ചുകൊണ്ടേയിരുന്നു, സ്ഥലകാലബോധമില്ലാതെ.

കാളയും പശുവും ദേവനാരായണൻ മാഷുടെ ഏകാഗ്രത നഷ്ടപ്പെടുത്തിയിരുന്നു. അതോടെ അന്നത്തെ ഇംഗ്ലീഷ് അദ്ധ്യാപനം അദ്ദേഹം അവസാനിപ്പിച്ചു. പുഞ്ചിരി തൂകിക്കൊണ്ടിരുന്ന പെൺകുട്ടിയും മറ്റു കുട്ടികളും ക്ലാസ്സു വിട്ടു പോയി.

പുഞ്ചിരിയുടെ രഹസ്യം തേടി ഞങ്ങൾ നാൽവർ സംഘം ക്ലാസ് മുറിയിൽ ഒരു അവലോകനം നടത്താൻ തീരുമാനിച്ചു. പ്രകാശ രശ്മിയുടെ പതനകോണ് പ്രതിഫലന കോണിന് സമമാണ് (Angle of incidence is equal to angle of reflection) വർമ്മ മാഷ് മര്യാദയ്ക്ക് പഠിപ്പിച്ചിട്ട് മനസ്സിലാക്കാൻ കൂട്ടാക്കാതെ, ടൂഷ്യൻ മാഷിന്റെ സ്നേഹമസൃണമായ അലർച്ചകളുടെ ഇടയിലൂടെ തലയിൽ എപ്പഴോ കയറിക്കൂടിയ ഭൗതിക ശാസ്ത്ര സിദ്ധാന്തങ്ങൾ സതീശൻ പുറത്തെടുത്തു.

പെൺകുട്ടി ഇരുന്ന സീറ്റിൽ ശങ്കരങ്കുട്ടിയെ കൊണ്ടുപോയി ഇരുത്തി. ആൺകുട്ടികൾ ഇരുന്ന ഭാഗത്തു അജിത്തും സതീശനും ഞാനും മാറി മാറി ഇരുന്നു നോക്കി. പെൺകുട്ടിയുടെ സുന്ദരമായ കണ്ണുകളിലേക്കുള്ള പ്രകാശരശ്മികൾ, താഴെ കെട്ടികിടക്കുന്ന വെള്ളത്തിൽ പ്രതിഫലിച്ചാണ് ചെന്നെത്തിയിരുന്നത്. ആ സുന്ദരിയെ ആകർഷിച്ച പുഞ്ചിരി രശ്മികളുടെ പ്രഭവസ്ഥാനം കണ്ടുപിടിക്കാനായിരുന്നു ശ്രമം. അതിനിടെ പെൺകുട്ടികളുടെ ബെഞ്ചിൽ കുറച്ചു നേരം ഇരുന്നപ്പോൾ ശങ്കരങ്കുട്ടിക്കു നാണമായി, അവനെണീറ്റു പോയി. അജിത് ആ സ്ഥാനം ഏറ്റെടുത്തു. സതീശന് പണി കൂടി. അജിത്തിന്റെ സോഡാഗ്ലാസ്സിന്റെ അപവർത്തനകോണ് കൂടി (Angle of refraction) കൂടി കണക്കിലെടുക്കേണ്ടി വന്നു.

അവസാനം സ്ഥാനം നിർണ്ണയിക്കപ്പെട്ടു. ആൺകുട്ടികളുടെ ഭാഗത്തു രണ്ടാം ബെഞ്ചിൽ ഇരുന്ന വിദ്വാനെയാണ് പെൺകുട്ടി നോക്കി ചിരിച്ചിരുന്നതെന്ന് ഉറപ്പായി. ആരായിരുന്നു ആ ഭാഗ്യവാൻ? അതിനു മുൻപ് ഞങ്ങളാരും അയാളെ കണ്ടിട്ടില്ല. അന്ന് കാടിളകി മഴ പെയ്തപ്പോൾ കേരളവർമ്മ കോളേജിലെ ഊട്ടി എന്ന അപരനാമത്തിൽ അറിയപ്പെടുന്ന ഭൂപ്രദേശത്തെ അന്തേവാസികൾ

ക്ലാസ്സിൽ അഭയം തേടിയിരുന്നു. സാധാരണ മിടുക്കരായ, പാഠപുസ്തകങ്ങളോടു വലിയ മമത പുലർത്താത്ത ഒരു വിഭാഗം സത്യാന്വേഷികളാണ് ഊട്ടിയിലെ അന്തേവാസികൾ. അക്കൂട്ടത്തിലുണ്ടായിരുന്ന ഒരു പൊടിമീശക്കാരൻ ആയിരുന്നു കഥാനായകൻ.

എന്തായാലും മഴ ചതിച്ചില്ല; രക്ഷിക്കുകയാണ് ചെയ്തത്. അന്നു മുതൽ പൊടിമീശക്കാരൻ ഊട്ടി വിട്ടിറങ്ങി എന്നും ക്ലാസ്സിൽ കയറാൻ തുടങ്ങി. പെൺകുട്ടിയുടെയും പൊടിമീശക്കാരന്റേയും നോട്ടം ഭൗതികശാസ്ത്രത്തിലെ പതനപ്രതിഫലന നിയമങ്ങൾക്കതീതമായി മാറി. പ്രകാശം നേർരേഖയിൽ സഞ്ചരിക്കുന്നു എന്നാണല്ലോ പ്രമാണം. നോട്ടവും പുഞ്ചിരിയും നേർക്കുനേരെയുള്ള പ്രണയ രേഖയിലൂടെ സഞ്ചാരം തുടങ്ങി. പെൺകുട്ടിയുടെയും പൊടിമീശക്കാരന്റെയും പ്രണയം പൂത്തുലഞ്ഞു പടർന്നു പന്തലിച്ചു; കാലം സാക്ഷിയായി. കലാലയം സാക്ഷിയായി.

അതോടെ ഞങ്ങളുടെ ജിജ്ഞാസ അവസാനിച്ചു. പ്രണയരേഖയിലൊരു കട്ടുറുമ്പാകാൻ ഞങ്ങളെ കിട്ടില്ല. അവിടെ പിന്നെ നമുക്കെന്തു കാര്യം?

ഹായ് എത്ര മനോഹരമായ മഴക്കാലം. മഴക്കാലത്ത് പൊൻതകര കാണുമ്പോൾ ഇപ്പോഴും കേരളവർമ്മ കോളേജിലെ പ്രണയ കഥകൾ ഓർമ്മ വരും.

നിങ്ങളെന്നെ എഞ്ചിനീയറാക്കി

എഞ്ചിനീയർ റെജി കളത്തിൽ 1988 ബാച്ച് ഉൽപാദനവും ചെടിയും (1988 Production-cum-Plant Engineering), ഗവണ്മെന്റ് എഞ്ചിനീയറിങ് കോളേജ് തൃശ്ശൂർ നൽകുന്ന മുന്നറിയിപ്പ്: താഴെ പറഞ്ഞിരിക്കുന്ന എല്ലാ കഥാപാത്രങ്ങളും ഇന്ന് ജീവിച്ചിരിക്കുന്നവരും എഞ്ചിനീയറിങ് പഠനം കഴിഞ്ഞതിനുശേഷം നല്ല മര്യാദക്കാരായി ജീവിക്കുന്നവരാണെന്നും ഇതിനാൽ സാക്ഷ്യപ്പെടുത്തിക്കൊള്ളുന്നു.

ജീവിതത്തിൽ, അതിനു മുൻപും ശേഷവും ചെയ്തിട്ടില്ലാത്ത കുരുത്തക്കേടുകൾ മാത്രം ചെയ്തു നടന്ന ഒരു കാലം. തൃശ്ശൂർ എൻജിനീയറിങ് കോളേജ് ഹോസ്റ്റൽ ദിനങ്ങൾ. ആ നല്ല നാളുകൾ എഴുതാ: താളുകളായി അവശേഷിക്കാതിരിക്കാൻ ഞാൻ ചിലതു കുറിച്ചു വെച്ചോട്ടെ. ഇതിലെ കഥാപാത്രങ്ങൾക്ക് നിങ്ങളുമായോ നിങ്ങളറിയുന്ന മറ്റാരെങ്കിലുമായോ എന്തെങ്കിലും സാമ്യം തോന്നുന്നുണ്ടോ? എങ്കിൽ ഉറപ്പായിട്ടും നിങ്ങൾ ഒരു എഞ്ചിനീയർ ആണ്. ഈ കുറിപ്പുകൾ നിങ്ങളെക്കുറിച്ചാണ്.

വിയ്യൂർ സെൻട്രൽ ജയിലിന്റെ മുൾവേലിക്കും ബി ഹോസ്റ്റലിന്റെ അരമതിലിനും ഇടയിലുള്ള ഒറ്റപ്പെട്ട റോഡ്. ആ റോഡിലൂടെ നടന്നു നീങ്ങുമ്പോൾ ഒരൊറ്റ ചോദ്യം ചോദിച്ചാൽ മതി. പക്ഷേ, ഉറക്കെ ചോദിക്കണം.

"ആരെടടാ അത്?"

കാസർഗോഡ് മുതൽ അനന്തപുരിവരെയുള്ള മലയാള ഭാഷയുടെ എല്ലാ പക്ഷാന്തരങ്ങളും ഏക സ്വരത്തിൽ പ്രതിഫലിക്കുന്ന ഉത്തരം കിട്ടും. ദിഗന്തങ്ങൾ മുഴക്കി നിങ്ങളുടെ കർണ്ണതന്തുക്കളെ പ്രകമ്പനം കൊള്ളിച്ചുകൊണ്ടുതന്നെ കിട്ടും. ഹോസ്റ്റലിന്റെ എല്ലാ കിളിവാതിലുകളിലൂടെയും, ഒരേ സ്വരത്തിൽ.

"നിന്റെ അപ്പൻ."

പിതൃസ്നേഹം, കോടി നാമാർച്ചനാപ്രവാഹമായി ഒഴുകിയെത്തുന്ന മറ്റൊരു സ്ഥലവും ലോകത്തിലില്ലതന്നെ. ആ അർച്ചനയ്ക്കു കാതു കൊടുത്തുകൊണ്ട്, പിതൃസ്മരണയിൽ നമുക്ക് തുടങ്ങാം

രംഗം ഒന്ന്

ബാസ്കറ്റ് ബോൾ കോർട്ട് ആണ് സ്ഥലം: കോളേജ് ടീമിലേക്കുള്ള തിരഞ്ഞെടുപ്പ് നടക്കുന്നു. അമ്പതു പേരെങ്കിലും കാണും യോഗ്യതാപരീക്ഷണത്തിന്. അതിന്റെ ഇടയിലേക്ക് നാല്പതു കഴിഞ്ഞ ഒരു ഒരു കുടവയറൻ എങ്ങനെയോ നുഴഞ്ഞു കയറി. ബാസ്കറ്റ് ബോൾ പരിശീലകൻ ജോൺസാർ അദ്ദേഹത്തെ കയ്യോടെ പിടികൂടി. കാന്റീൻ ജീവനക്കാരൻ ഔസേപ്പിന് തൃശ്ശൂർ എഞ്ചിനീയറിങ് കോളേജ് ബാസ്കറ്റ് ബോൾ ടീമിൽതന്നെ എങ്ങനെയെങ്കിലും കയറിക്കൂടണം. കാര്യം ഇത്രേയുള്ളൂ. ടീമിൽ കയറിയാൽ രാവിലെ വിമല കോളേജിൽ ബാസ്കറ്റ് ബോൾ കളിക്കാൻ പോവാം. എന്തിന് ഔസേപ്പിനെ പറയണം ആയിടയ്ക്ക് കോളേജിലെ ഏറ്റവും ആകർഷണീയമായ സ്ഥലം ബാസ്കറ്റ് ബോൾ കോർട്ട് ആയിരുന്നു. ബാസ്കറ്റ് ബോൾ കളിയുടെ വസന്തകാലമായിരുന്നു അത്. നിലാവിന്റെ വെളിച്ചത്തിൽ രാത്രി മാത്രം ബാസ്കറ്റ് ബോൾ കളിക്കാനിറങ്ങുന്ന സംഘവും അന്നുണ്ടായിരുന്നു. ഈ ഉണർവിന്റെ അടിസ്ഥാനം വിമല കോളേജിൽ പോവാനുള്ള അവസരവും.

രംഗം രണ്ട്

രാവിലെ അഞ്ചു മണി. ബി ഹോസ്റ്റലിന്റെ മൂന്നാം നമ്പർ മുറിയിൽ ലൈറ്റ് തെളിഞ്ഞു. സഹമുറിയന്മാർ മൂന്നുപേരും കോളേജ് ബാസ്കറ്റ് ബോൾ ടീമിലെ അംഗങ്ങൾ. തിരക്കിട്ട ഒരുക്കങ്ങൾക്കൊടുവിൽ ശരീരത്തിലാകമാനം അത്തർ പൂശി, പൗഡർ ഇട്ടു, അലക്കി തേച്ച ജേഴ്സിയും അണിഞ്ഞു. "കുന്നത്തു സൂര്യൻ ഉദിച്ച പോലെ, ചന്ദനക്കാതൽ കടഞ്ഞ പോലെ." ഈ പോക്ക് എങ്ങോട്ടാണെന്നല്ലേ? വിമല കോളേജിന്റെ ബാസ്കറ്റ് ബോൾ കോർട്ടിലേക്ക്. ടീമിൽ സ്ഥാനം പിടിക്കാൻ സാധിക്കാത്ത അസൂയാലുക്കളുടെ ആത്മരോദനങ്ങൾ ഉച്ചത്തിലുള്ള ആത്മഗതങ്ങളായി പല മുറികളിൽ നിന്നും അപ്പോൾ ഉയർന്നു.

"നിനക്കൊന്നും വേറെ പണിയില്ലേ, ഗെഡി. രാവിലെ കിടന്നുറങ്ങിക്കൂടെടെ?"

അസൂയാലുക്കളുടെ ഈ ചോദ്യം, രാവിലെ നാലുമണിക്കെഴുന്നേറ്റു കോളേജ് സ്റ്റേഡിയത്തിലെ പടവുകൾ ചടുലമായി കയറിയിറങ്ങുന്ന ഷട്ടിൽ ദേശീയചാമ്പ്യനോട് തിരിച്ചു ചോദിച്ചപ്പോൾ

തൃശ്ശൂർ എഞ്ചിനീയറിംഗ് കോളേജ് ഹോസ്റ്റൽ

മനസ്സമാധാനം കിട്ടി. ഹോക്കി മൈതാനവും പോസ്റ്റ് ഓഫീസും താണ്ടി വേണം വിമല കോളേജ് ക്യാമ്പസ്സിൽ എത്താൻ. അവിടത്തെ കോർട്ടിൽ കാലുകുത്തിയോർക്കറിയാം, ബാസ്കറ്റ് ബോൾ കളിയുടെ തീവ്രത. ഇന്ത്യൻ താരങ്ങളാൽ നിബിഡമായ വിമല ടീമിന്റെ പല്ലും നഖവും ഉപയോഗിച്ചുള്ള അക്രമാസക്തമായ ബാസ്കറ്റ് ബോൾ കളിയുടെ മുന്നിൽ പിടിച്ചുനിൽക്കണമെങ്കിൽ കുറച്ചൊന്നുമല്ല വെള്ളം കുടിക്കേണ്ടി വരാറ്. ഇതുണ്ടോ കാന്റീൻ ഔസേപ്പും മറ്റുള്ളവരും അറിയുന്നു. പിന്നെ ആകെയുള്ളൊരു ആശ്വാസം കളി കഴിഞ്ഞ് അവരുടെ കാന്റീനിൽ നിന്നുള്ള മസാലദോശയാണ്. ഇത്ര രസമുള്ള മസാലദോശ വേറെ ഒരിടത്തുനിന്നും കഴിച്ചിട്ടില്ല.

രംഗം മൂന്ന്

ഹോസ്റ്റലിൽ വെള്ളമില്ല. 'വെള്ളംസമരം' പ്രഖ്യാപിച്ചു. എല്ലാ വർഷവും ഉള്ള ഒരു വേനൽക്കാല 'പ്രോജക്ട്' ആണ് 'വെള്ളം സമരം'. അന്ന് ഒരു വെള്ളിയാഴ്ച ആയിരുന്നു. വെള്ളിയാഴ്ചകളിൽ ആര് സമരം നടത്തിയാലും വിജയിക്കും; കാരണം, എല്ലാവർക്കും എങ്ങനെയും വീട്ടിൽ എത്തിപ്പെടാനുള്ള തിടുക്കമാണ്. പ്രത്യേകിച്ച് എറണാകുളത്തു നിന്നുള്ള വിദ്യാർത്ഥികൾക്ക്. സമരത്തിന് ഡ്രസ്സ് കോഡ് നിശ്ചയിച്ചു; കള്ളിമുണ്ടും കൈയിൽ ബക്കറ്റും സോപ്പ് ഉണ്ടെങ്കിൽ അതും. മുദ്രാവാക്യം റെഡിയായി:

“വെള്ളമെവിടെ, വെള്ളമെവിടെ?
പറയൂ, പറയൂ പ്രിൻസിപ്പാൾ
വെള്ളമില്ലാതെ ലണ്ടനടിക്കാൻ
ഞങ്ങളെന്താ വെള്ളക്കാരോ?
പറയൂ, പറയൂ പ്രിൻസിപ്പാൾ...”

സമരസംഘം കോളേജ് പ്രദക്ഷിണം കഴിഞ്ഞു പ്രധാന കോളേജ് കെട്ടിടത്തിന് മുൻപിലുള്ള പൂന്തോട്ടത്തിലെ കുളത്തിൽ നീരാട്ടി നിറങ്ങി. കാഴ്ചക്കാരായി ഗുരുക്കന്മാരും ഹോസ്റ്റൽ അന്തേവാസി കളല്ലാത്ത സഹപാഠികളും. പരസ്യനീരാട്ടിനിടയിൽ സമരസംഘം ഒരു കാര്യം കണ്ടുപിടിച്ചു. പൂന്തോട്ടത്തിലെ കുളത്തിൽ നിറയെ മത്സ്യങ്ങൾ, നല്ല ഒന്നാന്തരം ശുദ്ധജല മത്സ്യങ്ങൾ!

രംഗം നാല്

ഓപ്പറേഷൻ എക്സ്ബാർ: വെള്ളിയാഴ്ചയും സമരവും ആയതു കൊണ്ട് ഉച്ചയ്ക്ക് മുൻപ് ഹോസ്റ്റൽ കാലിയായി, കോളേജും. അന്നു രാത്രിക്കുള്ള പ്ലാൻ തയ്യാറായി. എഞ്ചിനീയർമാർ എന്തും പ്ലാൻ ചെയ്തേ നടപ്പിലാക്കാറുള്ളൂ; അന്നും, ഇന്നും, എന്നും. ഓപ്പറേ ഷൻ എക്സ്ബാർ അഥവാ ഓപ്പറേഷൻ മീൻ?' എന്നാൽ (arith-metic mean) മീൻ. ഞങ്ങൾ കണക്കു ക്ലാസ്സുകളിൽ കയറിയിരുന്നു എന്നതിന് ഇതിൽപ്പരം എന്ത് തെളിവ് വേണം .

സമയം രാത്രി കൃത്യം ഒമ്പതു മണി. വാച്ചുകളിലെല്ലാം ഒരേ സമയമാക്കി സംഘം മൂന്നായി പിരിഞ്ഞു. ഒന്നാംസംഘം നടന്നു നേരെ കെമിക്കൽ കെട്ടിടത്തിൽ എത്തിച്ചേർന്നു. കെമിക്കൽ കെട്ടിടം ക്യാമ്പസ്സിനകത്താണോ പുറത്താണോ എന്ന ചർച്ചയൊക്കെ തൽ ക്കാലം മാറ്റിവെച്ചിട്ട് ഒന്നാം സംഘം പണി തുടങ്ങി. അവിടെക്കിട ന്ന വലിയൊരു ടാർവീപ്പ ഉരുട്ടി കെട്ടിടത്തിന്റെ മുകളിലെത്തിച്ചു. അതവിടന്നു തള്ളി താഴെയിട്ട്, നാറാണത്തു ഭ്രാന്തന്മാർ പുനർ ജ്ജനിച്ചപോലെ ആർത്തട്ടഹസിക്കാൻ തുടങ്ങി.

കോളേജിൽ അക്കാലത്തു രണ്ടു പാറാവുകാരാണ് ഉണ്ടായിരു ന്നത്. ഒരാൾ വനിതാ ഹോസ്റ്റലിന്റെ പടിക്കൽ കിടന്ന് സുഖമായി ഉറങ്ങും. ചെവിയിൽ പൂരത്തിന്റെ വെടിക്കെട്ടു തുടങ്ങിയാൽ പോലും അദ്ദേഹം അറിയില്ല. ഈ വിവരം കോളേജിലെ സകലമാനം ആൺ കുട്ടികൾക്കും ചുരുക്കം ചില നാട്ടുകാർക്കും മാത്രമേ അറിയാമായി രുന്നുള്ളൂ. രണ്ടാമത്തെ ആൾ മീൻകൂട്ടത്തിനു കാവലായി പ്രധാന കെട്ടിടത്തിന്റെ മുന്നിൽ തന്നെ ഉണ്ടാകാറുണ്ട്.

ഒന്നാം സംഘത്തിന്റെ അടവ് ഫലിച്ചു. മീൻ കാവൽക്കാരൻ ശരവേഗത്തിൽ കെമിക്കൽ കെട്ടിടത്തിലെത്തി. അയാളുടെ

കൂടപ്പിറപ്പായ 'അഞ്ച്കട്ട' ടോർച്ചു കെട്ടിടത്തിനു മുകളിലേക്കടിച്ചു. അപ്പോൾ തുടങ്ങി കൃത്യം അരമണിക്കൂർ നേരം ഒന്നാം സംഘ ത്തിന്റെ വക സ്പെഷ്യൽ തെറിയഭിഷേകം. പാറാവുകാരന്റെ വക തിരിച്ചും. കൊടുങ്ങല്ലൂർ ഭരണി നാണിച്ചുപോകും; അത്രയ്ക്കു ഗംഭീരമായിരുന്നു ഇരുകൂട്ടരുടെയും പ്രകടനം.

ഈ അരമണിക്കൂർ രണ്ടാംസംഘം ഭംഗിയായി ഉപയോഗ പ്പെടുത്തി. ഏഴ് ചൂണ്ടകൾ ഒരേസമയം പ്രവർത്തനനിരതമായി. രണ്ടു ബക്കറ്റ് നിറയെ മീനും പിടിച്ചു. കരിമീൻ, പിലോപ്പിയ, കാട്ടള, എല്ലാം നല്ല മൊഞ്ചുള്ള മീനുകൾ. അതുമായി അവർ ഹോസ്റ്റലിന്റെ മുൻ വശത്തേക്കു തിരിച്ചു.

അവിടെ മൂന്നാം സംഘം തയ്യാറാണ്. ശിലായുഗത്തിലെ എഞ്ചി നീയർമാരെ വെല്ലുന്ന സാങ്കേതിക വൈദഗ്ധ്യത്തോടെ അവിടെ മൂന്ന് കല്ല് വെച്ച് അടുപ്പുണ്ടാക്കി, കത്തിച്ചു വെച്ചിരിക്കുന്നു, മെസ്സിലെ വേണുച്ചേട്ടനെ മണിയടിച്ചു സംഘടിപ്പിച്ച ഉരുളിയും അതിൽ തിളച്ചു മറിയുന്ന എണ്ണയും പിന്നെ പാചക സാമഗ്രികളും. പതിനൊന്നു മണിയായപ്പോൾ ഫിഷ് ഫ്രൈ റെഡി. വിമല കോളേജിലെ മസാല ദോശയേക്കാൾ രസമായിരുന്നു ആ ഫിഷ് ഫ്രൈയ്ക്ക്. രണ്ടെണ്ണം ഇലയിൽ പൊതിഞ്ഞു പാവം പാറാവു ചേട്ടന് കൊണ്ടുകൊടുത്തു; തെറിയഭിഷേകത്തിനുള്ള പ്രായശ്ചിത്തമായി.

രംഗം അഞ്ച്

"ഹീ... ഹാ, ഹൂ....ഹാ, ഹീ.. ഹാ, ഹൂ....ഹാ സന്ദീപ് കീ ജയ്..."

ഹോസ്റ്റലിലെ ഫോൺ റൂമിൽനിന്നും സന്ദീപിനെ തോളിലേറ്റി ഒരു സംഘം അമ്മായിയുടെ കാപ്പിക്കടയിലേക്കു പോവുകയാണ്. സമയം രാത്രി പത്തു മണി. അന്ന് സന്ദീപിന്റെ വക ചെലവ്. അന്ന് മാത്രമല്ല, എന്നും അതൊരു പതിവാക്കി മാറ്റിയിരിക്കുന്നു. രാത്രി ഒൻപതു മണി ആയാൽ ബി ഹോസ്റ്റലിലെ ജനം ആകാംക്ഷാഭരിത രായി ആ ഫോൺ വിളിക്കായി കാത്തിരിക്കും. എല്ലാവരുടെയും മനസ്സിലും നാവിലും ഒരേ ഒരു ചോദ്യം മാത്രം:

"ഫോൺ വന്നോ മാഷേ... അവളെന്താ വിളിക്കാത്തെ? വൈകീല്ലോ ഇന്ന്?"

ഫോൺ വരേണ്ട താമസം, സഹമുറിയന്റെ CD ഷർട്ടും എടു ത്തിട്ട്, അപ്പുറത്തെ മുറീന്ന് സ്പ്രേയും അടിച്ചു സന്ദീപ് വായുഗുളിക വാങ്ങാൻ ഓടുന്ന വെളിച്ചപ്പാടിനെപ്പോലെ ഒറ്റ ഓട്ടമാണ്, ഫോൺ മുറിയിലേക്ക്. കാലിലെ തള്ളവിരൽകൊണ്ട് ഡ്രാഫ്റ്റിംഗ് ബോർഡ് ഇല്ലാതെതന്നെ വൃത്തങ്ങളും ത്രികോണങ്ങളും വരച്ചു, തൃശ്ശൂർ മെഡി ക്കൽ കോളേജിലെ തന്റെ കാമുകിയോട് സൊള്ളുന്ന സന്ദീപിനെ

ഒട്ടും ശല്യം ചെയ്യാതെ ജനം പുറത്തു അക്ഷമരായി നിൽക്കുമായിരുന്നു. ഫോൺ ചെവിയിൽ വെക്കണോ തലയിൽ വെക്കണോ അതോ മാറത്തു വെക്കണോ എന്നറിയാതെ, നിന്ന നിൽപ്പിൽ അര മണിക്കൂർ സൊള്ളി, ലോകം കീഴടക്കിയ സന്തോഷത്തോടെ പുറത്തിറങ്ങിയ സന്ദീപിനെയാണ് ജനം ആരവത്തോടെ സ്വീകരിച്ചു തോളിലേറ്റി 'അമ്മായി' കടയിലേക്കു കൊണ്ടുപോകുന്നത്.

രാത്രിയിലെ കാപ്പിയും ബണ്ണും അമ്മായിക്കടയിൽനിന്നും ഓസിനു തരാവുന്നതിന്റെ സന്തോഷം ഒന്ന് വേറെ തന്നെയാണ്. വരുന്ന വഴിക്ക്, വനിതാ ഹോസ്റ്റലിന്റെ മുന്നിൽനിന്ന് ഒരു നാടൻ പാട്ടുംകൂടി പാടിയാൽ ആനന്ദസാഗരമായി. എല്ലാം കഴിഞ്ഞു ഹോസ്റ്റലിലേക്ക് തിരിക്കുമ്പോൾ സന്ദീപ് കാണാതെ ഒരു പിരി വെടുപ്പുണ്ട്.

"അതെന്തിനാ മാഷേ അങ്ങനെ ഒരു പിരിവെടുപ്പ്?"

പിറ്റേന്ന് തൃശ്ശൂർ എഞ്ചിനീയറിങ് കോളേജിലെത്തന്നെ ഒരു പെൺസംഘത്തിനു പള്ളിമൂലയിലെ അമ്മായിക്കടയിൽനിന്നും കാപ്പിയും ബണ്ണും വാങ്ങിക്കൊടുക്കണം. ഇല്ലെങ്കിൽ കള്ളി വെളിച്ചത്താകും. സന്ദീപിന്റെ കാമുകിയായി ഫോണിലൂടെ ശബ്ദം കൊടുക്കുന്നത് അവരാണ്. മെഡിക്കൽ കോളേജിലെ കാമുകി മാത്രം ഇതൊന്നും അറിയുന്നുണ്ടായിരുന്നില്ല. സന്ദീപിന്റെ പ്രണയം പോലും. സന്ദീപിന് സന്തോഷം, ജനത്തിന് സന്തോഷം, അമ്മായിക്കടയിലെ അമ്മാവന് സന്തോഷം. സന്തോഷം നിറഞ്ഞ ജീവിതമല്ലേ എല്ലാവരും ആഗ്രഹിക്കുന്നത് എന്താ.. ല്ലേ...

രംഗം ആറ്

"നിങ്ങള് മാവ് കാണുമ്പോൾ ഞാൻ മാങ്ങ കാണും." ചിരട്ട ഗഫൂറിന്റെ വീരവാദങ്ങൾ കേട്ട് ക്ലാസ്സിലെ എല്ലാവരുടെയും കർണ്ണപുടങ്ങൾക്കു മരവിപ്പ് ബാധിച്ചിരുന്നു. 'ഇവനിട്ടൊരു പണി കൊടുക്കണല്ലോ' എന്നായി ക്ലാസ്സിലെ കൂട്ടായ ചിന്ത. ആയിടയ്ക്കാണ് തൊട്ടപ്പുറത്തെ ജൂനിയർ ക്ലാസ്സിലെ ഷമീനയോടു ഗഫൂറിന് എന്തോ ഒരു ഇത്. സമയം കിട്ട്യാ അവിടെപോയിരുന്നു ഭയങ്കര പഞ്ചാര അടി. ഷമീന, സ്പോർട്സിൽ മിടുക്കിയാണ്. നല്ല ഉയരവുമുണ്ട്. ചിരട്ടയേക്കാൾ മൂന്ന് ഇഞ്ച് കൂടും. ആ തവണത്തെ സ്പോർട്സിനു ജേഴ്സിയും ഷൂസുമൊക്കെ ഇട്ട് ഗഫൂർ സ്റ്റേഡിയത്തിൽ തേരാപാരാ നടക്കുന്നുണ്ടായിരുന്നു. കുറച്ചു നേരം വേറെ ആർക്കോ കിട്ടിയ ഒരു മെഡലും കഴുത്തിലിട്ടു നടക്കുന്നതും കണ്ടു. ജനം ഇതെല്ലാം കാണുന്നുണ്ടായിരുന്നു. പക്ഷേ ഒരു പ്രേമലേഖനത്തിൽ എത്തിച്ചേരും ഈ 'ഇതെന്ന്' ആരും സ്വപ്നത്തിൽ പോലും വിചാരിച്ചിരുന്നില്ല. ഗഫൂറിന്റെ സഹമുറിയൻ പ്രേമലേഖനത്തിന്റെ പകർപ്പുമായി വന്നു.

തൃശ്ശൂർ എഞ്ചിനീയറിംഗ് കോളേജിലെ ആർച്ച്

"പ്രിയപ്പെട്ട ഷമീനയ്ക്ക്, എനിക്കു നിന്നെ പെരുത്തിഷ്ടാണ്. നേരിട്ട് പറയാനുള്ള ചമ്മൽ കൊണ്ടാണ് ഈ കത്തെഴുതുന്നത്."

ഒരാഴ്ചയ്ക്കു ശേഷം...

ക്ലാസ്സിലെ എല്ലാവർക്കും ഗഫൂറിന്റെ വക സഫയറിൽ ബിരിയാണി. ചുമന്ന നിറത്തിലുള്ള തിളങ്ങുന്ന ഷർട്ടും ഇട്ടു സന്തോഷവാനായി വന്ന ഗഫൂറിനോട് ആരോ ചോദിച്ചു. "നിനക്കെന്തുപറ്റിയെടാ ചിരട്ടേ?"

"നിങ്ങളൊക്കെ അറിയണ്ട സമയാവുമ്പോൾ ഞാൻ പറയാം."

തന്ത്രപരമായ ഉത്തരം. കൂട്ടുകാർ ചോദ്യങ്ങൾ തൽക്കാലം നിറുത്തി ബിരിയാണി വെട്ടി വിഴുങ്ങി.

വൈകീട്ട് ഹോസ്റ്റലിൽ ഗഫൂറിന്റെ മുറിയിൽ എല്ലാവരും ഒത്തുകൂടി. ഒരാൾ അന്ന് രാവിലെ ഗഫൂറിന് വന്ന പ്രേമലേഖനം ഉറക്കെ വായിക്കാൻ തുടങ്ങി.

“എന്റെ ഗഫൂർക്കാ, എനിക്ക് നിങ്ങളേം വല്യേ ഇഷ്ടാണ്. പക്ഷേ വീട്ടുകാര് സമ്മതിക്കുംന്നു തോന്നുന്നില്ല. ഉയരം പ്രശ്നമാവും. വീട്ടുകാർ ഇപ്പഴേ ഉയരമുള്ള ചെക്കന്മാരെ അന്വേഷിച്ചു തുടങ്ങി. എനിക്കെന്റെ ഗഫൂർക്കയെ മതി. നമ്മുടെ കൂട്ടുകാർ മാത്രേ കാണൂ നമുക്കൊപ്പം നിൽക്കാൻ. അവർക്കിന്നു സഫയറിൽനിന്ന് ബിരിയാണി വാങ്ങിക്കൊടുക്കണേ. ബിരിയാണി വാങ്ങിക്കൊടുക്കാൻ കൊണ്ടു പോവുമ്പോൾ ലേഡീസ് ഹോസ്റ്റലിൽനിന്ന് ഞാൻ എന്റെ ഇക്കയെ നോക്കുന്നുണ്ടാവും. എന്നോടിഷ്ടമുണ്ടെങ്കിൽ ചുവന്ന ഷർട്ട് തന്നെ ഇടണം, ഇക്കാ. എന്ന് സ്വന്തം ഷമീന.”

കത്തെഴുതി പോസ്റ്റ് ചെയ്ത കൂട്ടുകാരൻ തന്നെയായിരുന്നു കത്ത് വായിച്ചത്. ബിരിയാണിക്കു നന്ദി പറഞ്ഞ് എല്ലാവരും പിരിഞ്ഞു. അതിനുശേഷം ചിരട്ട പറഞ്ഞിട്ടില്ല: “നിങ്ങള് മാവ് കാണുമ്പോൾ ഞാൻ മാങ്ങ കാണുമെന്ന്.”

രംഗാവസാനം

Production-cum-plant എന്ന എഞ്ചിനീയറിങ് ശാഖ ‘ഉൽപാദനവും ചെടിയും’ എന്നാണ് ആദ്യം തർജ്ജമ ചെയ്തത്. അങ്ങനെ ചെടികളോടും പ്രകൃതിയോടുമുള്ള ആത്മബന്ധം ഊട്ടിയുറപ്പിക്കാനാണ് ഞാൻ തൃശ്ശൂർ എൻജിനീയറിങ് കോളേജിൽ എത്തിപ്പെട്ടത്. പുറകുവശത്തെ ബെഞ്ചിലിരുന്ന് നോവൽ വായിച്ചു വായിച്ച് എഞ്ചിനീയർ ആവാതെ, ഇന്ത്യയിലെ എണ്ണം പറഞ്ഞ ക്രിയേറ്റീവ് ഡയറക്ടർ ആയി രക്ഷപ്പെട്ട കഥകളും ഈ ക്യാമ്പസ്സിന് പറയാനുണ്ട്. ഡാം കെട്ടി, ജലസംഭരണി ഉണ്ടാക്കി, അതിന്റെ അടിത്തട്ടിൽ രണ്ടു കേബിൾ കൊണ്ടുപോയി ഉറപ്പിച്ചാൽ വെള്ളത്തിന്റെ മർദ്ദം കൊണ്ട് വൈദുതി താനേ ഉണ്ടാകും എന്നു ധരിച്ചിരുന്ന ഇലക്ട്രിക്കൽ വിദ്യാർത്ഥികളും അക്കൂട്ടത്തിൽ ഉണ്ടായിരുന്നു. ഹോക്കി ഗ്രൗണ്ട് അളക്കാൻ പഠിച്ചാൽ സിവിൽ എഞ്ചിനീയർ ആയി എന്നു വിശ്വസിച്ചിരുന്നവർ ഇന്ന് ലോകമെമ്പാടും വല്ല്യേ എഞ്ചിനീയർമാരാണ്. മെക്കാനിക്കൽ പ്രൊഡക്ഷൻ വിഭാഗങ്ങൾ വിമല കോളേജിൽ ചേർത്ത്, അത് മിശ്രകോളേജ് ആക്കാനുള്ള ഒരു ബ്രഹത് പദ്ധതിക്ക് അന്ന് രൂപം കൊടുത്തിരുന്നു. മെക്കാനിക്കൽ വിഭാഗത്തിൽ അന്നു പുതുതായി വന്ന സുമുഖനും സുന്ദരനുമായ അദ്ധ്യാപകനെ ഈ സമ്മിശ്ര വിദ്യാലയത്തിന്റെ പ്രിൻസിപ്പാൾ ആക്കാനും അന്ന് തീരുമാനമെടുത്തിരുന്നു. ലോകം നന്നാവണമെങ്കിൽ ഇങ്ങനെ സ്വപ്നം കാണുന്ന എഞ്ചിനീയർമാരുണ്ടാകണം എന്ന് എ.പി.ജെ. സർ പറഞ്ഞതോർമ്മയില്ലേ?

തൃശ്ശൂർ എഞ്ചിനീയറിംഗ് കോളേജ്

ഹോക്കി ഗ്രൗണ്ടിന് മുന്നിലെ വലിയ മഹാഗണി മരത്തിന്റെ വേരുപടർപ്പുകളും വിമല കോളേജിനു മുന്നിലെ അരമതിൽക്കെട്ടും റോമാ സാമ്രാജ്യത്തിന്റെ ഗതകാല സ്മരണകളുണർത്തുന്ന സ്റ്റേഡിയം പടവുകളും ആംഫി തീയേറ്ററും ഒറ്റക്കുതിപ്പിന് പിന്നിട്ടിരുന്ന 400 മീറ്റർ ട്രാക്കുകൾക്കും പഞ്ചാര, ഇടതടവില്ലാതെ വർഷങ്ങളായി തൂവിയിട്ടും തുരുമ്പെടുക്കാത്ത തൂണുകളും ഗൃഹാതുരത്വമുണർത്തുന്ന മെക്കാനിക്കൽ ലാബും അതിനോട് ചേർന്നു നിൽക്കുന്ന പുളിമരക്കാടും പേടിസ്വപ്നമായി ഇന്നും വേട്ടയാടുന്ന ഇലക്ട്രിക്കൽ ലാബും ചെടികളും മരങ്ങളും നിറഞ്ഞ ആ ക്യാമ്പസ് ഇന്നും ഒരു ലഹരിയായി തുടരുകയാണ്.

ആ അരങ്ങും അവിടത്തെ ജീവസ്സുറ്റ കഥാപാത്രങ്ങളും ആണ് എന്നെ ഒരു എഞ്ചിനീയറാക്കിയത്. ഇല്ലായിരുന്നെങ്കിൽ 'ഞാൻ എന്നേ സ്ഥലം കാലിയാക്കിയേനേ; മാഷേ'. അവിടെ തിമർത്താടാൻ കഴിഞ്ഞത് തങ്ങളുടെ ജീവിതത്തിലെ ഏറ്റവും വലിയ ഭാഗ്യമായി കരുതുന്നവർക്കായി ഇത് സമർപ്പിക്കുന്നു.

ഈ കഥ തുടരും.

പ്രേതഭൂമിയിലൂടെ ഒരു മധുവിധു യാത്ര

1992ലാണ് ആ യാത്ര. കല്യാണം കഴിഞ്ഞ് ഒരാഴ്ചയായിരുന്നു. മധുവിധു കാലം ജീവിതയാത്രയുടെ തുടക്കമായതുകൊണ്ടു ഞങ്ങളും യാത്രകളിലായിരുന്നു. തിരുവന്തപുരത്തുള്ള അമ്മാവന്റെ വീട്ടിൽ നിന്ന് കുട്ടിയും ഞാനും രാവിലെ പുറപ്പെട്ടു. പൊന്മുടി ടൂർ പാക്കേജിനു ബുക്ക് ചെയ്തിരുന്നു. തമ്പാനൂർ തീവണ്ടി ആപ്പീസിനു മുന്നിൽ നിന്ന് ബസ്സിൽ കയറി. ചെറിയ ബസ്. പത്തുപന്ത്രണ്ടു പേരേ ഉണ്ടായിരുന്നുള്ളൂ. ബസ്സിൽ വാചാലനായൊരു ഗൈഡും ഡ്രൈവറും ഉണ്ട്. രണ്ടു പകലും ഒരു രാത്രിയുമാണ് ടൂർ പാക്കേജ്. പൊന്മുടിയിൽ മലമുകളിലെ കോട്ടേജിൽ ആണ് അന്ന് രാത്രി താമസിക്കേണ്ടത്. രാവിലെ കൃത്യം എട്ടു മണിക്ക് യാത്ര തുടങ്ങി. ഒരുമിച്ചു തൃശ്ശൂർ റൗണ്ടിൽ മാത്രം കറങ്ങി മുൻപരിചയമുള്ള ഞങ്ങൾ ഒരുപാട് സന്തോഷത്തിലായിരുന്നു.

ഗൈഡ് നിർത്താതെ വാചകമടിച്ചുകൊണ്ടിരുന്നു. തിരുവനന്തപുരം നഗരത്തെക്കുറിച്ചുള്ള പൊടിപ്പും തൊങ്ങലും ചേർത്ത കഥകളാണ് അയാൾ വാ തോരാതെ പറഞ്ഞുകൊണ്ടിരുന്നത്. അനന്തപുരിയിലെ ലയോള സ്കൂളിൽ നാലു വർഷം പഠിച്ച ഞാൻ, ഒരിക്കൽപോലും കേട്ടിട്ടില്ലാത്ത കഥകൾ.

തിരുവനന്തപുരം സിറ്റിയുടെ അതിർത്തി താണ്ടി ബസ് സാവധാനം ഉയർന്ന മലനിരകളിലേക്കു കയറ്റം ആരംഭിച്ചു. കാലാവസ്ഥയും പതുക്കെ മാറാൻ തുടങ്ങി. നേരിയ തണുപ്പു തുടങ്ങി. ഒന്നുകൂടി ചേർന്നിരുന്നു ഞങ്ങൾ ഗൈഡിന് ചെവികൊടുക്കാതെ പ്രകൃതി ഭംഗി ആസ്വദിച്ചുകൊണ്ടിരുന്നു. നല്ല ഭംഗിയുള്ള മലനിരകൾ. പാളങ്ങൾക്കരികിൽ താമസിക്കുന്നവർക്ക് തീവണ്ടിയുടെ ഘടകടാരവം ശല്യമല്ലാതായി മാറുന്നപോലെ ഗൈഡിന്റെ ശബ്ദം അന്തരീക്ഷത്തിൽ അലിഞ്ഞലിഞ്ഞ് ഇല്ലാതാവുന്നപോലെ തോന്നി.

പൊന്മുടി

പെട്ടെന്ന് ഗൈഡ് ബസ് നിർത്താൻ ഡ്രൈവറോട് ആവശ്യപ്പെട്ടു. ഗൈഡിന്റെ മുഖത്ത് ഭയത്തിന്റെ കരിമേഘങ്ങൾ പടർന്നു. എല്ലാരും നിശ്ശബ്ദരായി. ഗൈഡ് ഗൗരവത്തിൽ പറഞ്ഞു തുടങ്ങി: "നിങ്ങൾ ആരും ഒരു കാരണവശാലും ആ കാണുന്ന മരത്തിന്റെ കീഴിലൂടെ രാത്രിസമയങ്ങളിൽ ഒറ്റയ്ക്ക് നടന്നു പോകരുത്. പണ്ട് തിരുവനന്ത പുരം മെഡിക്കൽ കോളേജിലെ രണ്ടു കമിതാക്കൾ പ്രേമനൈരാശ്യം കൊണ്ട് തൂങ്ങിമരിച്ച മരമാണത്. അതിനുശേഷം എല്ലാ വർഷവും ഈ സ്ഥലത്ത് ഇരട്ടമരണങ്ങൾ പതിവാണ്. എല്ലാവരും വളരെ ശ്രദ്ധിക്കുക." ഇത് കേട്ടതും കുട്ടി ഒന്നുകൂടി എന്നോട് ചേർന്ന് പറ്റിപ്പിടിച്ചിരുന്നു. കുട്ടിയുടെ ശരീരം വിറയ്ക്കുന്നത് തണുപ്പു കൊണ്ടല്ലാന്നു മനസ്സിലാക്കാനുള്ള അടുപ്പമൊക്കെ ഞങ്ങൾ തമ്മിൽ ആയിട്ടുണ്ടായിരുന്നു. ബസ് വീണ്ടും യാത്ര തുടർന്നു. അവിടന്ന ങ്ങോട്ടുള്ള യാത്രയിൽ മനസ്സ് നിറയെ രണ്ടു മനുഷ്യരൂപങ്ങൾ മര ത്തിൽ തൂങ്ങിയാടുന്ന ചിത്രം മാത്രമായിരുന്നു.

കുറച്ചു ദൂരം പോയി ഗൈഡ് തന്ന ആഘാതത്തിൽനിന്ന് മനസ്സ് ഒന്നു പുറത്തു കടന്നപ്പോൾ ബസ് ഒരു വലിയ ഹെയർപിൻ വളവിൽ എത്തി. അവിടെ എല്ലാവരോടും ഇറങ്ങാൻ ഗൈഡ് ആവശ്യപ്പെട്ടു. എന്തോ പ്രധാനപ്പെട്ട കാഴ്ച അയാൾ കാണിച്ചു തരും എന്ന ഉത്തമവിശ്വാസത്തോടെ എല്ലാവരും അയാളുടെ പുറകെ നടന്നു. അവിടെയുള്ള വലിയൊരു പാറപ്പുറത്തേക്കു ഞങ്ങളെ അയാൾ

ആനയിച്ചു. എന്നിട്ടു ഒരു ചോദ്യം. "നിങ്ങൾക്ക് ആർക്കെങ്കിലും ആത്മഹത്യ ചെയ്യണമെന്ന് തോന്നുന്നുണ്ടോ?"

എല്ലാരും നിശ്ശബ്ദരായി. അയാൾ തുടർന്നു: "ഈ പാറയിൽ നിന്ന് താഴെ വീണാൽ മരണം ഉറപ്പ്. നൂറുകണക്കിന് ആളുകളാണ് ഇവിടെ വന്ന് ആത്മഹത്യ ചെയ്തിട്ടുള്ളത്. ഇവിടന്നു രാത്രികാലങ്ങളിൽ താഴേക്കു നോക്കിയാൽ ആത്മാക്കൾ വെള്ള വസ്ത്രമിട്ടു പറന്നു നടക്കുന്നത് കാണാം. അവർ നിങ്ങളെ മാടി വിളിക്കും. ഒരിക്കലും നിങ്ങൾ ചാടരുത്. ചാടിയാൽ ഉറപ്പായും ചാവും."

ഇത്രയുമായപ്പോഴേക്കും കുട്ടിയുടെ വിറയൽ എന്നിലൂടെ വളരാൻ തുടങ്ങി. രണ്ടുപേരും വിറയലോടു വിറ. തണുത്ത കാറ്റടിക്കാനും തുടങ്ങിയിരുന്നു. ഞങ്ങൾ ബസ്സിലേക്ക് എങ്ങനെയൊക്കെയോ എത്തി ഒന്നും അറിയാത്തപോലെ ഇരുന്നു. മനസ്സ് ഡ്രാക്കുള കോട്ടയിലേക്ക് പോകുന്ന തീർത്ഥാടകരുടേതിനു സമാനമായി. ഞാൻ കുറച്ചു ധൈര്യം സംഭരിച്ചു കുട്ട്യേ സമാധാനിപ്പിക്കാൻ ശ്രമിച്ചുകൊണ്ടിരുന്നു. ഗൈഡ് വെറുതെ വങ്കത്തരം പറയുന്നതാണെന്നൊക്കെ പറഞ്ഞു നോക്കി. കുട്ടിയുടെ കണ്ണിലെ ഭീതിയടങ്ങാൻ അതൊന്നും പര്യാപ്തമായിരുന്നില്ല.

പ്രേതങ്ങളുടെ സ്വന്തം പാറപ്പുറം താണ്ടി ഞങ്ങളുടെ ബസ് വീണ്ടും യാത്ര തുടങ്ങി. ഗൈഡ് വാ തോരാതെ സംസാരിച്ചു കൊണ്ടിരുന്നു. ഞങ്ങൾ അതൊന്നും ശ്രദ്ധിക്കാതെ പൊന്മുടി എന്ന സ്ഥലത്തു ഞങ്ങൾക്ക് പരിചയപ്പെടേണ്ടി വന്നേക്കാവുന്ന പ്രേതങ്ങളുടെ കാര്യമാലോചിച്ചു മിണ്ടാതിരുന്നു. പ്രത്യേകിച്ച് ഒരു രാത്രി അവിടെ ചെലവഴിക്കേണ്ടതായിട്ടുണ്ട്. അതോർക്കുമ്പോൾ ആകമാനം ഒരു ഭീതിനിർഭരമായ കുളിര്.

ബസ് വീണ്ടും ഒരു ഇടത്താവളത്തിൽ നിർത്തി. സൂര്യപ്രകാശം കടന്നുവരാൻ മടിക്കുന്നു. നല്ല ഭംഗി ഉള്ള സ്ഥലം. കാട്ടരുവി ഒഴുക്കിനിടെ വിശ്രമിക്കുകയാണ് എന്ന് തോന്നിപ്പിക്കുന്നപോലെ അങ്ങിങ്ങായി ചെറിയ പൊയ്കകൾ. എല്ലാവരുടെയും മനസ്സൊന്നു കുളിർത്തു. തണുപ്പിനെ അതിജീവിച്ചും അവിടെയിറങ്ങി ഒന്ന് കുളിച്ചാലോ എന്ന് എന്റെ നാട്ടിൻപുറത്തുകാരന്റെ മനസ്സ് പറഞ്ഞു. ഞങ്ങൾ നാട്ടിൻപുറത്തുകാർ അങ്ങനെയാണ്, കുളം കണ്ടാൽ കുളിക്കണം. പക്ഷേ കുട്ടി സമ്മതിച്ചില്ല.

അപ്പോഴേക്കും നമ്മുടെ ഗൈഡ് ചേട്ടൻ എത്തി. അദ്ദേഹം വളരെ വളരെ സീരിയസ് ആയിരുന്നു. അദ്ദേഹം പറഞ്ഞു. "ഇവിടെ ആരും വെള്ളത്തിൽ ഇറങ്ങരുത്. ആറു മാസം മുൻപ് നിങ്ങൾ പത്രങ്ങളിൽ വായിച്ചു കാണും. തിരുവനന്തപുരത്തെ ഒരു പ്രമുഖ കോളേജിലെ

ഒരു പതിനെട്ടുകാരി വിദ്യാർത്ഥിനിയെ ആറു പേര് ചേർന്ന് ബലാത്സംഗം ചെയ്തു കൊന്നു വലിച്ചെറിഞ്ഞത് ഈ അരുവിയിലേക്കാണ്. ഇപ്പോഴും രാത്രികാലങ്ങളിൽ ആ കുട്ടിയുടെ പ്രേതം ഇവിടെയൊക്കെ അലഞ്ഞു നടക്കാറുണ്ടത്രെ. പക്ഷേ ഇതുവരെ ആരെയും ഉപദ്രവിച്ചിട്ടില്ല."

സമാധാനം... ഞാൻ എന്റെ കുട്ടിയുടെ മുഖത്തേക്കൊന്നു നോക്കി. ആ കണ്ണുകളിലെ ഭീതി എനിക്കിപ്പോഴും മറക്കാൻ കഴിയില്ല. ഈ പ്രേതഭൂമിയിലേക്കാണോ എന്നെ കൂട്ടിക്കൊണ്ടു വന്നത് എന്ന് മനസ്സിലാവുന്ന രീതിയിലുള്ള കുറ്റപ്പെടുത്തലും ആ കണ്ണുകളിൽ എനിക്ക് കാണാൻ കഴിഞ്ഞു. അവിടന്ന് തന്നെ തിരിച്ചു പോവാൻ പറ്റോന്നായിരുന്നു കുട്ടിയുടെ ആദ്യത്തെ ചോദ്യം. ഞാൻ ഗൈഡിനോട് ആരാഞ്ഞു, കുട്ടിക്ക് തീരെ സുഖമില്ല, ഞങ്ങൾക്ക് ഇവിടന്നു തിരിച്ചുപോകാൻ എന്തെങ്കിലും മാർഗ്ഗമുണ്ടോന്ന്.

വേറെ ഒരു മാർഗ്ഗവും ഇല്ലാതിരുന്നതുകൊണ്ട് ആ കുഞ്ഞു ബസ്സിൽതന്നെ കയറിയിരുന്ന് ഗൈഡ് ചേട്ടന്റെ പ്രേതകഥകളും കേട്ട് ഞങ്ങൾ പൊന്മുടിയിലെ കോട്ടേജിൽ എത്തി. ഉറക്കമില്ലാത്ത രാത്രി. ഓരോ ഇലയനക്കങ്ങളെയും ഞെട്ടലോടെയാണ് ഞങ്ങൾ സ്വീകരിച്ചത്. ഒരുവിധം നേരം വെളുപ്പിച്ചു.

ഒന്നു കൂടി പൊന്മുടിയിലേക്കു പോയാൽ കൊള്ളാമെന്നുണ്ട്. പക്ഷേ ആ ഗൈഡ് ചേട്ടൻ ജീവനോടെ ആണോ പ്രേതമായിട്ടാണോ ഞങ്ങളെ വരവേൽക്കുക എന്നറിയില്ല. മുപ്പത്തിയൊന്നു വർഷങ്ങൾ കഴിഞ്ഞില്ലേ. അദ്ദേഹം അദ്ദേഹത്തിന്റെ പ്രിയപ്പെട്ട പ്രേതഭൂമിയിലേക്കു തിരികെ വരാനാവാത്തവിധം പറന്നു പോയിട്ടുണ്ടെങ്കിലോ.

മെയ് മാസത്തിൽ വിവാഹ വാർഷികം ആഘോഷിക്കുന്ന എല്ലാവർക്കും ഈ സംഭവകഥ സമർപ്പിക്കുന്നു.

പാലക്കാടൻ സ്മരണകളിലൂടെ ഒരു യാത്ര

"**ഭൂ**മിയിലൊരു സ്വർഗ്ഗമുണ്ടെങ്കിൽ അത് ഇതാണ്... ഇതാണ്..." എന്ന് എല്ലാ പാലക്കാട്ടുകാരും പറയുന്ന ആ മനോഹരഭൂവിൽ തൊണ്ണൂറുകളുടെ അവസാനത്തിൽ കുറച്ചു വർഷങ്ങൾ, താമസിക്കാനുള്ള ഭാഗ്യം ഈയുള്ളവനും കുടുംബത്തിനും ഉണ്ടായിരുന്നു. ചാട്ടുളിപോലത്തെ സംസാരരീതിയാണെങ്കിലും അതിനു ചേരാത്ത, ശാന്തമായ തല കുലുക്കിയുള്ള ആശയ സംവേദന പ്രക്രിയ, പാലക്കാട്ടുകാരുടെ ഗ്രാമീണ നിഷ്കളങ്കത അരക്കിട്ടുറപ്പിക്കുന്നതായി തോന്നിയിട്ടുണ്ട്. 'അയ്യേ' എന്ന ആശ്ചര്യദ്യോതകമായ ശബ്ദത്തിന് 'അല്ല' അല്ലെങ്കിൽ 'ഇല്ല' എന്നും അർത്ഥവ്യാപ്തി ഉണ്ടെന്നു ഞാൻ പാലക്കാടുനിന്നാണ് മനസ്സിലാക്കിയത്. 'കേട്ടോളിൻ' എന്ന് ഇടയ്ക്കിടെ പ്രയോഗിക്കുന്നത് സ്നേഹക്കൂടുതൽ കൊണ്ടാണെന്നാണ് എനിക്ക് തോന്നിയിരുന്നത്. ജീവിതത്തിന്റെ പല ഘട്ടങ്ങളിലായി ഒരേ കുടുംബംപോലെ കഴിഞ്ഞിരുന്ന ചില നല്ല സുഹൃത്തുക്കളെ കാണാനും പാലക്കാടിന്റെ മണ്ണിലൂടെ മകൾ ദേവികയോടൊപ്പം ഒരു കൊച്ചുയാത്ര നടത്താനും ഇത്തവണ നാട്ടിൽ പോയപ്പോൾ സാധിച്ചു. ആ സന്തോഷം ഇവിടെ കുറിച്ചിടട്ടെ.

പാലക്കാട്-പൊള്ളാച്ചി റോഡ്

മണ്ണുത്തി പിന്നിട്ടപ്പോൾ തന്നെ മനസ്സിലായി പാണ്ടി ലോറികളും കാളവണ്ടികളും സ്വകാര്യ ബസ്സുകളും വിഹരിച്ചിരുന്ന, കുണ്ടും കുഴികളും നിറഞ്ഞ പഴയ തൃശ്ശൂർ-പാലക്കാട് റോഡിലൂടെയുള്ള സ്കൂട്ടർ യാത്ര സ്വപ്നം കണ്ടിട്ട് കാര്യമില്ലെന്ന്. നൊസ്റ്റാൾജിയ ഒക്കെ മാറ്റിവെച്ചു, പടക്കച്ചയായ സീറ്റ് ബെൽറ്റ്, വലതുതിരിഞ്ഞു

സാരിത്തലപ്പിടുന്നപോലെ തോളിലൂടെ ഇട്ട് മുറുക്കി, ഇടതു തിരിഞ്ഞ് അരയിൽ മുറുക്കിക്കെട്ടി അങ്കത്തിനു മുഹൂർത്തം തെറ്റാതിരിക്കാൻ പാഞ്ഞു പോകുന്ന ആരോമൽച്ചേകവരെപ്പോലെ, ആറുവരിപ്പാതയിലൂടെ മുന്നോട്ടു കുതിച്ചു. കുതിരാൻ എത്തിയപ്പോഴാണ് മനസ്സിലായത്, "കാടിളക്കി കുതിരാൻ മലകയറി ഞാനിതാ, ഒരു തൃശ്ശൂരുകാരൻ പാലക്കാട്ടേക്ക് വരുന്നുണ്ടേ' എന്ന് വിളിച്ചോതി, ഗമയിൽ പാലക്കാട് ചെന്ന് ഇറങ്ങിയിരുന്ന കാലമൊക്കെ മാറിയെന്ന്. പുനർജ്ജനി നൂണ്ടും, ചെയ്ത പാപങ്ങൾക്കൊക്കെ പ്രായശ്ചിത്തം ചെയ്തതിനു ശേഷമേ ഇനി പാലക്കാടെത്താൻ പറ്റൂ. കുതിരാൻ മലയുടെ ഗർഭത്തിലൂടെ കടന്നുപോകുമ്പോൾ ഒരു ചെറിയ പേടി. ഇത്ര നാളും ചവിട്ടി മെതിച്ച കുതിരാൻ മല പക പോക്കുമോ? 'പേടിക്കണ്ടാ ട്ടോ, കുതിരാൻ മ്മടെ ആളാ, കേട്ടോളിൻ', മനസ്സ് പറഞ്ഞു. അതു ശരിയാണ് പാണ്ടിലോറികളുടെ നടു ഒടിക്കുമായിരുന്നെങ്കിലും മ്മ്ടെ സ്കൂട്ടറിനെ പുഷ്പംപോലെ കയറ്റി വിടാറുണ്ടായിരുന്നു, പണ്ടും കുതിരാൻ.

വടക്കഞ്ചേരിയും ആലത്തൂരും താണ്ടി മുന്നോട്ടു പോകുമ്പോൾ പ്രകൃതിദൃശ്യങ്ങൾ മനസ്സിന്റെ ക്യാൻവാസിൽ ഒരു നീണ്ട ചലനാത്മക ചിത്രം വരച്ചുകൊണ്ടേയിരുന്നു. പാലക്കാട്, വലിയ ഒരു ക്യാൻവാസിൽ വരച്ച വളരെ വലിയൊരു ചിത്രമാണ്. മനോഹരമായ ചിത്രമാണ്. മലകളും മരങ്ങളും വയലേലകളും അരുവികളും കരിമ്പനകളും തെങ്ങിൻതോപ്പുകളും എല്ലാം ഒരു ചിത്രത്തിൽ വരയ്ക്കാൻ കഴിഞ്ഞാൽ, അത് പാലക്കാടായി. കൂട്ടത്തിൽ പല്ലുകൾ മുഴുവൻ പുറത്തു കാട്ടി മനസ്സ് തുറന്നു നിഷ്കളങ്കമായി ചിരിക്കുന്ന ഒരുകൂട്ടം മനുഷ്യരൂപങ്ങൾ കൂടി വരച്ചു ചേർത്താൽ, പിന്നീടൊന്നും പറഞ്ഞറിയിക്കേണ്ടി വരില്ല. പാലക്കാടിന് ഒട്ടും സങ്കീർണ്ണതയില്ല; "നേരെ വാ നേരെ പോ." അത്രേ ഉള്ളൂ; കേട്ടോളിൻ.

ടൗണിന്റെ ഒത്ത നടുക്കാണ് ദേവികയുടെ കൂട്ടുകാരി മാളുവിന്റെ വീട്. കുട്ടിക്കാലം മുതൽ മസ്കറ്റിലെ സ്കൂളിൽ വെച്ചു തുടങ്ങിയ സൗഹൃദം ഇപ്പോഴും രണ്ടുപേരും കാത്തു സൂക്ഷിക്കുന്നു. എത്ര പെട്ടെന്നാണ് എന്റെ കണ്മുന്നിൽ രണ്ടുപേരും വളർന്നു വലുതായത്. ഏതു വീട്ടിലും എപ്പോൾ കയറിച്ചെന്നാലും നല്ല ചൂടുള്ള ദോശ കിട്ടുന്ന സ്ഥലമാണ് പാലക്കാട്. അതിനു പട്ടണം/ഗ്രാമം എന്ന വ്യത്യാസമൊന്നുമില്ല. രണ്ടാമതൊരു പ്രാതൽ കഴിക്കാൻ അതൊരു കാരണമായി. പാലക്കാടിന്റെ രുചിയും മണവും ദോശയിലൂടെയും ചട്ണിയിലൂടെയും അനുഭവിച്ചറിഞ്ഞ് മാളുവിനോടും മാളുവിന്റെ അമ്മയോടും യാത്ര പറഞ്ഞിറങ്ങി നേരേ പോയത് പുത്തൂർക്കാണ്.

കാളവണ്ടിച്ചക്രംകൊണ്ടുള്ള തീൻമേശ

പുത്തൂർ കാവിനോട് ചേർന്ന് ഏറെ വ്യത്യസ്തത പുലർത്തുന്ന രണ്ടു വീടുകൾ ഒരു മതിക്കെട്ടിനുള്ളിലുണ്ട്. ഒന്ന് ചുവന്ന വെട്ടു കല്ലിൽ തീർത്ത മനോഹരമായ ഒരു വീട്. അത് മോഹനേട്ടന്റെ വീടാണ്. അകത്തു കയറിയാൽ ഒരു ക്ഷേത്രത്തിൽ കയറിയ പ്രതീതി. കൽമണ്ഡപത്തിന്റെ ഉയർന്ന തറയും കൊത്തു പണി കളോടുകൂടിയ തൂണുകളും ശിലാന്തികളും എല്ലാം ഒരു പുരാതന ക്ഷേത്ര സമുച്ചയത്തിൽ എത്തിയ പ്രതീതി ഉളവാക്കും. മോഹ നേട്ടന്റെ ആഫ്രിക്കൻ ജീവിതത്തിന്റെ ബാക്കിപത്രമായി മരത്തിൽ തീർത്ത രണ്ടു നീഗ്രോ ദ്വാരപാലകരും അവിടെയുണ്ട്. ആ ക്ഷേത്ര ത്തിലെ അന്തേവാസികൾക്ക്, മോഹനേട്ടനും ഗീതയ്ക്കും സ്വർണ്ണ ത്തിളക്കമായിരുന്നു. കാലത്തിനതീതമായ സുഹൃത്ബന്ധത്തിന്റെ തിളക്കം. മസ്കറ്റ് കഥകളുടെ ചുരുളഴിച്ചാൽ പിന്നെ അന്നവിടന്നു രക്ഷപ്പെടില്ല എന്നറിയാവുന്നതുകൊണ്ട്, പെട്ടെന്നുതന്നെ അടുത്ത വീട്ടിലേക്കു നടന്നു.

ചുമരോട് ചുമർ ചേർന്ന് നിൽക്കുന്ന ബാലുവേട്ടന്റെ വീട് മറ്റൊരു സുന്ദര സൃഷ്ടിയാണ്. തറയേക്കാൾ താഴ്ന്ന ഇരിപ്പിടം, ആകാശ ത്തുനിന്നു നേരിട്ടുള്ള വെളിച്ചം, കാളവണ്ടിച്ചക്രം കൊണ്ടുള്ള തീൻ മേശ, കാളവണ്ടികൊണ്ടുള്ള ദിവാൻ, ലോകത്തുള്ള സകലമാന

വാസ്തു ശില്പ രീതികളുടെയും ഉൾക്കാഴ്ച, മരംകൊണ്ടുള്ള കോണിപ്പടികൾ, നിറപ്പകിട്ടാർന്ന ഉത്തരേന്ത്യൻ കുഷനുകൾ, ചുമരുകളിൽ കുടുംബാംഗങ്ങളുടെ മിഴിവുറ്റ ചിത്രങ്ങൾ... ഇതെല്ലം ഒരു വീടിനുള്ളിൽ സമന്വയിപ്പിക്കാൻ ഒരാൾക്ക് മാത്രമേ സാധിക്കൂ; ബാലുവേട്ടന്. ഉള്ളിലെപ്പോഴും നുരഞ്ഞു പൊങ്ങുന്ന ആശയങ്ങളും ഭാവങ്ങളും പ്രകടിപ്പിക്കാൻ നവരസങ്ങൾ പോരാതെ വരും ബാലുവേട്ടന്. മോഹനേട്ടൻ-ബാലുവേട്ടന്മാരുടെ കുഞ്ഞനുജന്മാർ രാജകൃഷ്ണനും ദിവാകരനും കൂടി ചേർന്നപ്പോൾ പുത്തൂർ സദസ്സ് പൂർണ്ണമായി. തൊണ്ണൂറ്റി എട്ടു സംവത്സരങ്ങളുടെ നന്മ മനസ്സിൽ നിറച്ച്, പുത്തൂര് ദേശത്തെ എല്ലാ നല്ല കാര്യങ്ങൾക്കും നേർസാക്ഷിയായി ജീവിക്കുന്ന അച്ഛനെ കാണാൻ സാധിച്ചതായിരുന്നു ഈ യാത്രയിലെ പുണ്യം.

അച്ഛന്റെ അനുഗ്രഹവും വാങ്ങി അവിടന്ന് നേരെ കൂട്ടുപാത വഴി പൊള്ളാച്ചി ദിശയിലേക്കു തിരിഞ്ഞു. കുറച്ചു വർഷങ്ങൾ എന്റെ വെസ്പ സ്കൂട്ടറിൽ താണ്ടിയ പാത അതേപടി നിലനിൽക്കുന്നു. പൊള്ളാച്ചി പാതയുടെ ഇരുവശങ്ങളിലുമായി ആർത്തുലഞ്ഞു വളർന്നു നിൽക്കുന്ന തണൽമരങ്ങളും വശങ്ങളിലായി പനംതൊങ്ങും ഇളനീരും പഴങ്ങളും വിൽക്കുന്ന വഴിയോരക്കച്ചവടക്കാരും മനസ്സിനുള്ളിൽ ഓർമ്മകൾക്കു നിറം പകർന്നുകൊണ്ടേയിരുന്നു.

സഹധർമ്മിണി പ്രസന്ന അന്ന് പഠിപ്പിച്ചിരുന്ന പാലക്കാട് പോളിടെക്നിക്കും ഇരട്ടയാലും കടന്നു മുന്നോട്ട് നീങ്ങിയപ്പോൾ, ഇടതു വശത്തു 'ലെനിൻ നഗർ' എന്ന പഴയ ബോർഡ് ഇരുപത്തഞ്ചു വർഷത്തെ കാലപ്പഴക്കവും പേറി അതേപടി നിൽക്കുന്നുണ്ടായിരുന്നു. ഒരു നിമിഷം ആ പടിക്കലേക്ക് എന്റെ പഴയ കണ്ണ് വാത്സല്യത്തോടെ, ആകാംക്ഷയോടെ നോക്കി. മൂന്നര വയസ്സുകാരൻ കുറുമ്പിന്റെ അവതാരമായിരുന്ന മകൻ ദർശനും ഒന്നര വയസ്സുകാരി പുഴുപ്പല്ലു കാട്ടി ചിരിച്ച് അച്ഛനെ കാത്തുനിൽക്കാറുള്ള മകൾ ദേവികയും ആ പടിക്കൽതന്നെ ഉണ്ടായിരുന്നു. ഇരുപത്തഞ്ചു വർഷം പുറകിലേക്ക് നൊടിയിടകൊണ്ടു സഞ്ചരിക്കാനും ഓർമ്മകളുടെ നിറക്കൂട്ടുകൾ കൊണ്ട് പ്രഹേളിക സൃഷ്ടിക്കാനുമുള്ള മനസ്സിന്റെ കഴിവ് അപാരം തന്നെ. (ഇതെഴുതുമ്പോഴെന്റെ കണ്ണുകൾ നിറയുന്നു. സന്തോഷം കൊണ്ട്). കാറിൽ ഒപ്പമിരുന്ന് ഇരുപത്തിരണ്ടു വർഷം മുൻപ് താമസിച്ചിരുന്ന വീട് കൗതുകപൂർവ്വം നോക്കിക്കൊണ്ടിരുന്ന ദേവികയെ ശ്രദ്ധിച്ചപ്പോഴാണെനിക്ക് സ്ഥലകാലബോധമുണ്ടായത്.

അംബുജം കമ്പനിപ്പടിയിൽ നിന്ന് ബാബുവിന്റെ വ്യവസായ സ്ഥാപനവും വീടും നിറഞ്ഞു നിൽക്കുന്ന പാതയിലേക്ക് തിരിഞ്ഞു. തൃശ്ശൂർ എഞ്ചിനീയറിംഗ് കോളേജിലെ സഹപാഠിയെന്നതിലുപരി,

ജീവിതത്തിന്റെ ഒരു സന്ദിഗ്ദ്ധഘട്ടത്തിൽ ഒന്നിച്ചു പാലക്കാട് ചെലവഴിച്ച സമയത്ത് ഉരുത്തിരിഞ്ഞ ആ സ്നേഹബന്ധത്തിന്റെ ഊഷ്മളത ഒട്ടും ചോരാതെ ഇന്നും കാത്തു സൂക്ഷിക്കുന്നു ബാബുവും മഞ്ജുവും അമ്മയും.

അന്നത്തെ ഒരു വയസ്സുകാരൻ അച്ചു വളർന്നു ബാബുവിന്റെ പുറകിലൊരു നെടുംതൂണായി മാറിയിരിക്കുന്നു. ഞാൻ നേരത്തെ പറഞ്ഞ, തല സാവകാശം കുലുക്കിയുള്ള, പാലക്കാട്ടുകാരുടെ ആശയസംവേദനരീതി ബാബുവും മഞ്ജുവും സ്വായത്തമാക്കിയിരിക്കുന്നു. അവിടത്തെ മണ്ണിൽ ഒന്നിൽനിന്ന് തുടങ്ങി മതിയാവുവോളം വളർന്ന ബാബുവിനെയും കുടുംബത്തെയും പാലക്കാട് സ്വന്തമാക്കിയതായി തോന്നി.

അവിടന്ന് യാത്ര പറഞ്ഞിറങ്ങുമ്പോൾ മനസ്സ് നിറയെ സന്തോഷത്തിന്റെ അലകളായിരുന്നു. കൂട്ടുപാതയിലെ വഴിയരികിൽ നിന്ന് പനംതൊങ്ങ് വാങ്ങിവെക്കാൻ മറന്നില്ല. ഡോക്ടർ വെച്ച് കൊടുത്ത പല്ലുകൾ ചില്ലുഭരണിയിൽ സൂക്ഷിക്കുന്ന അമ്മയ്ക്ക് ഇത്ര സുഖമായി കഴിക്കാൻ പറ്റുന്ന വേറെ എന്താ ഉള്ളത്?

വീണ്ടും ആറുവരിപ്പാതയിലൂടെ തൃശ്ശൂർക്കുള്ള മടക്കയാത്രയിൽ മനസ്സേറെ ശാന്തമായിരുന്നു. ദേവികയ്ക്കും പാലക്കാട് യാത്ര ഒരു പാടിഷ്ടപ്പെട്ടതായി തോന്നി. പുറംലോകത്തിന്റെ വിഹ്വലതകളും തിരക്കുകളും പാലക്കാടിനെ ഇപ്പോഴും ബാധിച്ചിട്ടില്ല. നന്മകളുടെ വേരറ്റു പോയിട്ടുമില്ല.

പാലക്കാടിന്

സ്നേഹപൂർവ്വം; കേട്ടോളിൻ.

ഒരു ഹിമാലയ യാത്രയുടെ സ്പന്ദനങ്ങൾ

കാണ്ഡം ഒന്ന്

പണ്ടും കുന്നുകളുടെ മുകളിൽ കയറി നിൽക്കുക എന്നത് ഏറെ സന്തോഷം തരുന്ന കാര്യമായിരുന്നു. പടിയം ഗ്രാമത്തിലെ പുലാമ്പുഴ കടവ് കടന്നു തളിക്കുളം പത്താംകല്ല് വഴി കടൽ കാണാൻ പോയിരുന്ന കാലത്ത് മണപ്പുറത്തു കശുമാവിൻകൂട്ടങ്ങളും മണൽക്കൂനകളും മാത്രമേ ഉണ്ടായിരുന്നുള്ളൂ. പത്തിരുപത് അടി ഉയരമുള്ള മണൽക്കൂനകളുടെ നെറുകിലേക്ക് അമ്മയുടെ കണ്ണ് വെട്ടിച്ച് ഓടിക്കയറി ആകാശത്തേക്ക് കൈകളുയർത്തി പൊട്ടിച്ചിരിക്കാറുള്ള നാലു വയസ്സുകാരന്റെ അതിരില്ലാത്ത സന്തോഷം ഇന്നും മനസ്സിൽ ദീപ്തമായി നിലകൊള്ളുന്നു.

പിന്നീട് വയനാട്, ഊട്ടി, കൊടൈക്കനാൽ, ഇടുക്കി തുടങ്ങിയ പ്രദേശങ്ങളിലേക്കുള്ള പർവ്വതങ്ങളെ ചുറ്റി വളഞ്ഞു പോകുന്ന പാതകളിലൂടെയുള്ള യാത്രകളിലും അഭൂതപൂർണമായ ആ സന്തോഷം എന്നെ പിൻതുടർന്നുകൊണ്ടേയിരുന്നു. എന്നാൽ ഇക്കഴിഞ്ഞ നാലാം തിയതി തൃശ്ശൂർ എൻജിനീയറിങ് കോളേജിലെ സുഹൃത്തുക്കളോടൊപ്പം (സഹധർമ്മിണി അടക്കം) യാത്രതിരിച്ചപ്പോൾ ഒട്ടും കരുതിയിരുന്നില്ല ആ യാത്ര ജീവിതത്തിലെ ഒരിക്കലും മറക്കാനാവാത്ത ഒരനുഭൂതിയായി മാറുമെന്ന്. അതെ, ഹിമാലയം വായിച്ചറിയാനാവാത്ത, ഫോട്ടോഗ്രാഫിയുടെ സംവേദനക്ഷമതയ്ക്കതീതമായ, പറഞ്ഞറിയിക്കാൻ പോലുമാവാത്ത ഒരനുഭൂതിയാണ്.

ജൂൺ നാലാം തിയതി ഞങ്ങൾ യാത്രികർ ഒത്തുകൂടാൻ തീരുമാനിച്ചത് ന്യൂ ഡൽഹി റെയിൽവേ സ്റ്റേഷനിലായിരുന്നു. എന്നാൽ തൃശ്ശൂർ എൻജിനീയറിങ് കോളേജിലെതന്നെ സുഹൃത്ത് ഗോപിയുടെ ആതിഥ്യം സ്വീകരിച്ച് ഗുഡ്ഗാവിൽനിന്നും ഓടിക്കിതച്ചെത്തി തീവണ്ടിയിൽ ചാടിക്കയറിയ പ്രസന്നയും ദേവികയും ഞാനും

ഹരിദ്വാർ സ്റ്റേഷൻ

തുടക്കത്തിലേ ഞങ്ങളുടെ കായികക്ഷമത പ്രകടമാക്കി. പല ദിവസങ്ങളിലായി പല സ്ഥലങ്ങളിൽനിന്നും ടിക്കറ്റ് എടുത്തിട്ടും ഞങ്ങളെ എല്ലാവരെയും ഒരേ കംപാർട്ടമെന്റിൽ എത്തിച്ച ഇന്ത്യൻ റെയിൽവേയ്ക്കു പ്രത്യേക നന്ദി. ചെയർ കാറിന്റെ മുകളിലെ റാക്കിൽനിന്നും ഒന്നുരണ്ടു ബാഗുകൾ താഴെ ഇരിക്കുന്ന യാത്രക്കാരുടെ തലയിൽ വീണതൊഴിച്ചാൽ, ഹരിദ്വാറിലേക്കുള്ള ആ തീവണ്ടിയാത്ര അത്ര സംഭവബഹുലമായിരുന്നില്ല. ഇടയ്ക്ക് പ്രകൃതിയുടെ വിളിക്ക് ഉത്തരമേകാൻ ശുചിമുറിയിൽ പോയപ്പോഴാണ് ഇന്ത്യൻ റെയിൽവേയുടെ സംവത്സരങ്ങളായി കാത്തുസൂക്ഷിക്കുന്ന ആ മഹത്തായ പാരമ്പര്യം ഇപ്പോഴും തുടരുന്നല്ലോ എന്നോർത്ത് മൂക്കു പൊത്തിപ്പിടിച്ച് ആത്മസംതൃപ്തിയടഞ്ഞത്.

അയ്യോ, നമ്മുടെ ഹിമയാത്രികരെ പരിചയപ്പെടുത്താൻ മറന്നുപോയി. ഈ യാത്രയിൽ ഒപ്പം കൂടിയാൽ എല്ലാവരെയും കൂടുതൽ പരിചയപ്പെടാം. എന്നാലും ഒരു മുഖവുര ഇരിക്കട്ടെ.

കരയിൽ കപ്പലോടിച്ച് ഒട്ടും പരിചയമില്ലാത്ത ഷെബിയെന്ന കപ്പിത്താനെയാണ് യാത്രയുടെ നേതൃത്വം ഏൽപ്പിച്ചത്. അദ്ദേഹത്തെ നിലയ്ക്ക് നിർത്താൻ നിക്കിയെന്ന കൊച്ചുമിടുക്കിയായ മകളെ കൂടെ അയച്ചത് ആരുടെ ബുദ്ധിയാണെന്നെനിക്കറിയില്ല. എന്തായാലും ആ പതിനൊന്നാം ക്ലാസ്സുകാരി എല്ലാവരുടെയും

മനസ്സുകളിൽ ഇടം പിടിച്ചു. നിക്കിയേക്കാൾ കുട്ടിത്തം തികഞ്ഞ രണ്ടുപേരുണ്ടായിരുന്നു ഞങ്ങൾക്കൊപ്പം. അനിലും അദ്ദേഹത്തിന്റെ നല്ല പാതി, പ്രിയയും. നിഷ്കളങ്കമായി പുഞ്ചിരിച്ചുകൊണ്ടല്ലാതെ ഈ രണ്ടുപേരെയും യാത്രയിലുടനീളം എനിക്ക് കാണാൻ കഴിഞ്ഞിട്ടില്ല.

താടിയുടെ നീളം കണ്ട്, ഹിമാലയത്തിലേക്ക് മോക്ഷപ്രാപ്തിക്കായി സഞ്ചരിക്കുന്ന ദീക്ഷയണിഞ്ഞ സന്ന്യാസിവര്യനാണ് സുദർശനെന്നു നിങ്ങൾ തെറ്റിദ്ധരിക്കണ്ട. അദ്ദേഹത്തിന്റെ ഭാര്യ ലേഖ കൂടെയുണ്ട്, മകൾ പാർവതിയും. ക്ഷമിക്കണം മകൾ ശ്രദ്ധ എന്ന ഡോണക്കുട്ടിയാണ്. പഴയ നടി പാർവ്വതിയുടെ വലിയ കണ്ണുകളോടുകൂടിയ ഡോണയായിരുന്നു യാത്രയിലെ മറ്റൊരു പുതുതലമുറ. ലേഖ ഞങ്ങളുടെ സംഘത്തിലെ ഏക ഡോക്ടറും.

ഹിമാലയം 'എന്ത് കുന്താണ്?' എന്നറിയാൻ പുറപ്പെട്ട ടോണിയാണ് മറ്റൊരു കഥാപാത്രം. ടോണിയെ മാമ്മോദീസ മുക്കിയത് ചാർളി ചാപ്ലിൻ ആയിരുന്നോ എന്നൊരു സംശയം ഇപ്പഴും ബാക്കി നിൽക്കുന്നു.

ആത്മധൈര്യംകൊണ്ട് കൊടുമുടികൾ കീഴടക്കുന്ന സിന്ധു. എന്തിനും ഏതിനും മുന്നിൽ നിന്ന് നയിക്കുന്ന ദീപ.

ഉപരിപ്ലവമായ ഇന്നത്തെ ലോകത്ത് മനസ്സിന് ആഴമേറെയുള്ള ചിന്താവിഷ്ടനായ ശിവ, ശുദ്ധഹൃദയനും സാത്വികനുമായ സർവ്വോപരി നല്ല ഒരു തൃശ്ശൂർക്കാരനുമായ മധു.

പിന്നെ എന്നെ ഈ സംഘത്തിലേക്ക് വലിച്ചിഴച്ചു കൊണ്ടുവന്ന സഹധർമ്മിണി പ്രസന്നയും. ഇത്രയും പേരോടൊപ്പം ഒപ്പത്തിനൊപ്പം പിടിച്ചുനിൽക്കാൻ പഴയ ഒരു ബാസ്കറ്റ് ബോൾ കളിക്കാരനും അത്‌ലറ്റും ആയിരുന്നു എന്ന് ഗമ പറഞ്ഞ് ഈയുള്ളവനും.

യാത്രികരെ പരിചയപ്പെട്ടുകഴിഞ്ഞപ്പോഴേക്കും ട്രെയിൻ രാത്രി ഏഴരയ്ക്ക് ഹരിദ്വാറിൽ എത്തി. തിക്കും തിരക്കും ഉള്ള ഒരു വാണിജ്യ നഗരമാണ് ഹരിദ്വാർ. ഞങ്ങൾ ലെ ഗ്രാൻഡ് ഹോട്ടലിൽ താമസസ്ഥലം ഉറപ്പിച്ചതിനുശേഷം വീണ്ടും പുറത്തു കാൽനടയായി നടക്കാനിറങ്ങി. ഹരിദ്വാറിലെ രാത്രികാഴ്ചകൾ കണ്ട് തിരിച്ചെത്തിയപ്പോൾ യാത്രയുടെ ആദ്യദിവസത്തിനു തിരശീല വീണു.

കാണ്ഡം രണ്ട്: നീണ്ട യാത്ര

നമ്മളിപ്പോൾ ഹരിദ്വാറിൽ ആണല്ലോ തമ്പടിച്ചിരിക്കുന്നത്. 'ദ്വാർ' എന്ന് ആദ്യം കേട്ടപ്പോൾ തോന്നിയത് ഞങ്ങളേതോ ഗുഹാമുഖത്തേക്കാണ് പോകുന്നതെന്നാണ്. ദ്വാർ എന്നാൽ പടിപ്പുര (gate) എന്നാണത്രെ ശരിക്കുള്ള അർത്ഥം. സമുദ്രനിരപ്പിൽനിന്നും 1100

പ്രയാഗ

അടി ഉയരത്തിൽ സ്ഥിതിചെയ്യുന്ന ഈ നഗരമാണ് ഹിമാലയത്തി ലേക്കുള്ള പടിപ്പുര. വിശ്വാസപ്രകാരം ഗംഗാനദി ഗൗമുഖിൽ നിന്നും ഉത്ഭവിച്ചു 253 കി.മീ. ഹിമാലയ സാനുക്കളിലൂടെ ഒഴുകി, പണ്ട് 'ഗംഗാദ്വാർ' എന്നറിയപ്പെട്ടിരുന്ന ഈ ഹരിദ്വാറിൽ നിന്നാണ് ഗംഗാ തടത്തിലേക്ക് വിശാലമായി ഒഴുകാൻ തുടങ്ങുന്നത്.

ഹരിദ്വാർ വിഷ്ണുവിന്റെ (ഹരി) ലോകത്തേക്കുള്ള പടിപ്പുര യാണെന്നും അല്ല ശിവന്റെ (ഹർ) ലോകത്തേക്കുള്ള പടിപ്പുരയാ ണെന്നും രണ്ടുപക്ഷമുണ്ട്. ഇരുപക്ഷത്തു നിന്നായാലും ഗംഗാ പക്ഷത്തു നിന്നായാലും തരക്കേടില്ല, നമുക്കിന്ന് ഈ പടിപ്പുര കടന്ന് 240 കി.മീ. സഞ്ചരിച്ചു ചമോലി ജില്ലയിലെ 1260 അടി ഉയരത്തിൽ സ്ഥിതിചെയ്യുന്ന പിപ്പൽകോട്ടി എന്ന സ്ഥലത്തെത്തണം. സഞ്ചാരം ഹിമാലയ സാനുക്കളിലൂടെ, 15 പേർക്കിരിക്കാവുന്ന ഒരു കൊച്ചു ടെമ്പോയിൽ.

കപ്പിത്താൻ ഷെബിയുടെ കണക്കുകൂട്ടലുകൾ അനുസരിച്ചു ഹോട്ടലിലെ പ്രഭാതഭക്ഷണം ഒഴിവാക്കി, രാവിലെ ആറു മണിക്ക് പുറപ്പെട്ടാൽ ഗതാഗതക്കുരുക്കുകൾ ഒഴിവാക്കി വേഗം എത്തിച്ചേരാം. വഴിയിൽ എവിടെയെങ്കിലും നിർത്തി പ്രാതലും കഴിക്കാം. ഇത് പറഞ്ഞപ്പോൾ, ടോണിയുടെ മുഖം മാത്രം തെളിഞ്ഞില്ല; കാരണം അദ്ദേഹം ഈ 55 വയസ്സിനിടയിൽ ഒരു ദിവസംപോലും പ്രഭാത ഭക്ഷണം കഴിക്കാതെ വീട്ടിൽ നിന്നിറങ്ങിയിട്ടില്ല. ടെമ്പോ ഡ്രൈവർ ടോണിയുടെ രക്ഷകനായെത്തി. അയാൾക്ക് എട്ടു മണിക്ക് പുറ പ്പെടാനാണിഷ്ടം. അങ്ങനെ ഏഴു മണിക്ക് ഹോട്ടലിലെ തരക്കേടി ല്ലാത്ത പ്രാതലും കഴിച്ച് എട്ടുമണിക്ക് ആ നീണ്ട യാത്ര ആരംഭിച്ചു.

30 കി.മീ. മാത്രം ദൂരമുള്ള ഋഷികേശ് താണ്ടി വേണം മുന്നോട്ടു പോകാൻ. മൂന്നു മണിക്കൂർ എടുത്തു ഇത്രയും ചെറിയ ദൂരം കടന്നു പോകാൻ. ഹോട്ടലിൽനിന്ന് കഴിച്ച ഭക്ഷണം അപ്പോഴേക്കും ദഹിച്ചു കഴിഞ്ഞിരുന്നു. വഴിയോരത്തുനിന്നു ക്യാപ്റ്റൻ സംഘടിപ്പിച്ചു കൊണ്ട് വന്ന ലൈച്ചിപ്പഴം ഏറെ സ്വാദിഷ്ഠമായിരുന്നു. ഹിമാലയ വഴികളിലെ ഗതാഗതക്കുരുക്കുകളുടെ ഒരു നേർക്കാഴ്ച ആദ്യപാദ ത്തിൽതന്നെ ഞങ്ങൾക്കനുഭവേദ്യമായി. മിക്കവാറും പാതയുടെ ഒരു ഭാഗം പർവ്വതവും മറുഭാഗം ആഴമേറിയ കൊക്കയുമാണ്. അണ മുറിയാതെയുള്ള വാഹനവ്യൂഹങ്ങളും. പാറക്കല്ലുകളും മണ്ണും ഏതു നിമിഷവും പാതയിലേക്ക് ഇടിഞ്ഞു വീഴാവുന്നതേയുള്ളൂ. തയ്യാറെടു പ്പുമായി ജെസിബികൾ വഴിയോരങ്ങളിൽ ജാഗരൂകരായി നിൽക്കു ന്നുണ്ട്.

മദ്ധ്യാഹ്നം കഴിഞ്ഞപ്പോൾ ഞങ്ങൾ ദേവപ്രയാഗയിലെത്തി. പ്രയാഗ എന്ന വാക്കിനർത്ഥം സംഗമം എന്നാണാണ്. "സംഗമം...

സംഗമം... ത്രിവേണീ... സംഗമം ശൃംഗാരപദമാടും യാമം..." മൂളി പ്പാട്ടും പാടി താഴെ ഇറങ്ങിയപ്പോൾ കണ്ടത് പടുകൂറ്റൻ മലനിര കളെ കീറി മുറിച്ചു ഒഴുകി വരുന്ന അളകനന്ദ നദിയും അല്പം നാണംകുണുങ്ങിയായ ഭാഗീരഥി നദിയും ഒന്നിച്ചു പിന്നീടങ്ങോട്ട് ഗംഗാനദിയെന്ന പേരിൽ ചേർന്നൊഴുകുന്നതാണ്. ഗംഗാനദിയുടെ ഉത്ഭവസ്ഥാനം കണ്ട സന്തോഷത്തിൽ വീണ്ടും യാത്ര തുടർന്നു അടുത്ത പ്രയാഗയിലേക്ക്. അളകനന്ദ നദിയോട് മന്ദാകിനി നദി വന്നുചേരുന്ന സ്ഥലമാണ് രുദ്ര പ്രയാഗ. ദേവപ്രയാഗയും രുദ്ര പ്രയാഗയും കാഴ്ചയിൽ ഒരുപാട് സാമ്യതകളുണ്ട്.

അവിടെനിന്നു കർണ്ണപ്രയാഗയിലെത്തിയപ്പോൾ പിന്ദർ നദി അളകനന്ദ നദിയിൽ ചേരുന്ന കാഴ്ചയ്ക്കുപരി കർണ്ണൻ എന്ന മഹാ ഭാരതത്തിലെ എനിക്കിഷ്ടപ്പെട്ട ആ സവിശേഷ കഥാപാത്രത്തിന്റെ നേരിലൂടെ മനസ്സല്പം സഞ്ചരിച്ചു. കർണ്ണന് സൂര്യ ഭഗവാനിൽ നിന്ന് കവചകുണ്ഡലങ്ങൾ കിട്ടിയ സ്ഥലമാണ് ഇത്. യാഥാർത്ഥ്യ ത്തിന്റെയും സങ്കല്പത്തിന്റേയും വായനയുടെയും മിഥ്യയുടെയും ഒക്കെ ലോകങ്ങളിൽ ഒരുപോലെ സഞ്ചരിക്കുന്ന മനസ്സിന് ഇത്തരം സ്ഥലങ്ങളിലെത്തുമ്പോൾ വല്ലാത്തൊരു ഉണർവ്വാണ്. മേല്പറഞ്ഞ ലോകങ്ങളുടെയൊക്കെ സംഗമസ്ഥാനങ്ങളല്ലേ ഇതൊക്കെ. കർണ്ണ നോടുള്ള ഇഷ്ടം പറയാതെ പറഞ്ഞു വീണ്ടും യാത്ര തുടർന്നു. അളകനന്ദയിൽ നന്ദാകിനി നദി ലയിക്കുന്ന നന്ദപ്രയാഗ പിന്നിട്ട പ്പോഴേക്കും ഇരുട്ട് വീണു തുടങ്ങിയിരുന്നു. അളകനന്ദ നദിയിൽ അഞ്ച് നദികൾ ലയിച്ചു ദേവപ്രയാഗയിൽ നിന്ന് ഗംഗാനദിയായി മാറുന്ന പ്രക്രിയയാണ് പഞ്ചപ്രയാഗയിലൂടെയുള്ള യാത്ര അനു ഭവവേദ്യമാക്കുന്നത്. ഇനി ഒരു പ്രയാഗകൂടി ബാക്കിയുണ്ട് കാണാൻ; വിഷ്ണുപ്രയാഗ. അത് നാളെ.

ഇരുട്ട് വീണപ്പോൾ അങ്ങകലെ മലമുകളിൽ അതാ, ഒരു മിന്നാ മിന്നിക്കൂട്ടം. ഇന്നത്തെ യാത്ര തുടങ്ങീട്ട് 11 മണിക്കൂർ ആയി. ഞങ്ങളെ ആഹ്ലാദിപ്പിക്കാനെന്നോണം ആ മിന്നാമിന്നിക്കൂട്ടം അടു ത്തടുത്ത് വരുന്നുണ്ടായിരുന്നു. ചമോലി ജില്ലാ ആസ്ഥാനത്തിന്റെ രാത്രി വിളക്കുകൾ ആയിരുന്നു അവയെന്ന് പിന്നീട് തിരിച്ചറിഞ്ഞു. ചമോലിയിലെ പിപ്പൽകോട്ടിയിലാണ് ഇന്നത്തെ താമസം; തപോ വനം എന്ന നല്ലൊരു റിസോർട്ടിൽ. ചൂടുള്ള ആലു പറോട്ടയും കഴിച്ച് എല്ലാവരും റിസോർട്ടിന്റെ ഗാർഡനിൽ അൽപനേരം ഒത്തു കൂടി. 12 മണിക്കൂർ യാത്രയുടെ ക്ഷീണമേൽക്കാത്തവർ രണ്ടുപേരേ ഉണ്ടായിരുന്നുള്ളൂ, നിക്കിയും ശ്രദ്ധയും. ചെറുപ്പത്തിന്റെ നേട്ടം. തൃശ്ശൂർന്നു തിരുവനന്തപുരത്തേക്കുള്ള ദൂരമാണ് ഇത്ര സമയമെടു ത്തതെന്നോർക്കണം. സമയത്തിന്റെ നാമിതുവരെ പഠിച്ച കണക്കു കളൊന്നും ഹിമാലയത്തിൽ ബാധകമല്ല കൂട്ടുകാരേ.

നാളെ മുതലാണ് ഹിമാലയത്തിന്റെ ഉയരങ്ങളിലേക്കുള്ള പ്രയാണം ആരംഭിക്കുന്നത്. കൂടുതൽ പ്രകൃതിരമണീയമായ ചിത്രങ്ങൾക്കായി കാത്തിരിക്കുക

കാണ്ഡം മൂന്ന്: ഹിമവൽസുന്ദരഭൂവിൽ

തപോവനത്തിലെ പ്രാതൽ ഏഴു മണിക്കേ തയ്യാറാവുകയുള്ളൂ എന്നറിയിച്ചിരുന്നതുകൊണ്ട്, അത് വേണ്ടെന്നു തീരുമാനിച്ചിരുന്നു. എല്ലാവരും ആറു മണിക്കേ പോകാനൊരുങ്ങി. അവിടത്തെ ജോലിക്കാർ സ്നേഹപൂർവ്വം ഇട്ടുതന്ന ചുടു ചായയും ചൂടാക്കിയ ബ്രെഡ്ഡും കഴിച്ചു ഞങ്ങൾ യാത്രയായി; കൂടുതൽ ഉയരങ്ങളിലേക്ക്, ഹിമാലയ സൗന്ദര്യത്തിലേക്ക്.

ജോഷി മഠം അഥവാ ജ്യോതിർമഠം ആയിരുന്നു ആദ്യലക്ഷ്യം 7-8-ാം നൂറ്റാണ്ടുകളിൽ ശങ്കരാചാര്യർ സ്ഥാപിച്ച മഠമാണിത്, സമുദ്രനിരപ്പിൽനിന്നും 6150 അടി ഉയരത്തിൽ. പിപ്പൽകോട്ടിയിൽ നിന്നും അവിടെ എത്താൻ ഏകദേശം രണ്ടു മണിക്കൂറെടുത്തെങ്കിലും പോകുന്ന വഴിയിലെ സൂര്യോദയ ദൃശ്യങ്ങളും കുറച്ചൊക്കെ ഉദ്വേഗം ജനിപ്പിക്കുന്ന ചെങ്കുത്തായ പാതകളുടെ വന്യസൗന്ദര്യവും യാത്രാസമയം ഇല്ലാതാക്കിയപോലെ തോന്നിച്ചു.

ഉത്തരേന്ത്യൻ ശൈലിയിൽ ഉള്ള ഒറ്റത്തതാഴികക്കുടമാണ് മഠത്തിനുള്ളത്. അതിനോട് ചേർന്ന് ശങ്കരാചാര്യർ ഇരുന്നു ധ്യാനിച്ചിരുന്ന സ്ഥലം പ്രത്യേകം അടയാളപ്പെടുത്തിക്കൊണ്ട് ഒരു ശിലാസ്തൂപം പണിതുവെച്ചിട്ടുണ്ട്. അത് കണ്ടപ്പോൾ കപ്പിത്താൻ ഷെബിയിലെ ധ്യാനഗുരു ഉണർന്നു. അദ്ദേഹം അതിനു മുൻപിൽ അൽപനേരം ധ്യാനനിരതനായി ഇരിക്കാൻ തീരുമാനിച്ചു. കണ്ണുകൾ തുറന്നുവെച്ച്, കൃഷ്ണമണികൾ പുറകിലോട്ടു മറിച്ചു പിടിച്ചു പത്മാസനത്തിലൊരു ഇരിപ്പുണ്ടല്ലോ. കാണുന്നവർക്കു പേടി ആവുമെങ്കിലും കപ്പിത്താന്റെ ഇഷ്ടപ്പെട്ട ഇരിപ്പാണത്. (പേടിപ്പിക്കൽ തന്നെയാണ് ഉദ്ദേശ്യമെന്ന കാര്യത്തിൽ സംശയമില്ല) ടോണി അതിൽ വീണുപോയി. അതെ, ശരിക്കും വീണു. ഒരു നെടുനീളൻ സാഷ്ടാംഗ പ്രണാമം അങ്ങോട്ടു പാസ്സാക്കി. അത് കാണേണ്ട താമസം, ജോഷി മഠത്തിൽ അപ്പോഴുണ്ടായിരുന്ന കുറെ സന്ദർശകർ ടോണിയോടൊപ്പം കൂടി. എന്തായാലും ഭാഗ്യത്തിന് കപ്പിത്താന് ധ്യാനഭംഗമുണ്ടായി, അവിടെ നിന്ന് എഴുന്നേറ്റു. അല്ലായിരുന്നെങ്കിൽ മിക്കവാറും നമ്മുടെ ശങ്കരാചാര്യർ സ്ഥാപിച്ച മഠത്തിലെ ഗുരുവര്യനായി ഷെബിക്കവിടെ കഴിഞ്ഞു കൂടേണ്ടി വന്നേനേ. ഭക്തജനങ്ങളെ നിരാശപ്പെടുത്താനാവില്ലല്ലോ.

ജോഷി മഠത്തിൽ നിന്ന് കഷ്ടി അരമണിക്കൂർ യാത്ര ചെയ്തപ്പോൾ അഞ്ചാമത്തെ അളഗനന്ദാനദീസംഗമമായ വിഷ്ണു

ജോഷി മഠം

പ്രയാഗയിൽ എത്തിച്ചേർന്നു. ഇവിടെ അളകാനന്ദാ നദിയിൽ ലയിക്കുന്നത് ധൗളി ഗംഗാ നദിയാണ്. ഈ സംഗമ പ്രദേശത്തു തപസ്സ് ഇരുന്നാണത്രെ പണ്ട് നാരദമുനി, വിഷ്ണു ഭഗവാനെ പാട്ടിലാക്കിയത്. അതുകൊണ്ടാണ് വിഷ്ണുപ്രയാഗ എന്ന പേര് വന്നത്. കഷ്ടപ്പെട്ടതു മുഴുവൻ നാരദമുനിയും പേരു കിട്ടിയത് ഭഗവാനും.

അളകനന്ദ നദിയുടെ അഞ്ചു സംഗമവും (പഞ്ചപ്രയാഗ) കണ്ട സന്തോഷത്തിൽ അവിടെ നിന്നു തിരിക്കുമ്പോഴാണ് ചെറിയ ഒരു ബോധോദയം ഉണ്ടായത്. ഈ അളകനന്ദ തന്നെയല്ലേ ഗംഗാനദി? ആണല്ലോ; അഞ്ചു നദികൾ അളകനന്ദയിൽ ചേർന്ന് അവസാനം ദേവപ്രയാഗയിൽ നിന്ന് ഗംഗാനദിയായി താഴേക്കൊഴുകുന്നു. ഇപ്പോൾ കാര്യങ്ങൾ കൂടുതൽ മനസ്സിലായി. പക്ഷേ ഇനിയും ഒന്നു രണ്ടു പ്രയാഗകൾ കാത്തിരിക്കുന്ന വിവരം ഞങ്ങൾ അറിഞ്ഞില്ല. അവിടെ എത്തുമ്പോൾ പറയാം അക്കാര്യം.

പിന്നീടങ്ങോട്ടുള്ള യാത്ര ശരിക്കും ഹിമവാന്റെ ഭീമാകരമായ രൂപം പരിചയപ്പെടുത്തുന്നതായിരുന്നു. നമ്മൾ നാട്ടിലെ പപ്പു ചേട്ടന്റെ താമരശ്ശേരി ചുരം ചുറ്റി വളഞ്ഞു കയറുമ്പോൾ, രണ്ടോ മൂന്നോ കിലോമീറ്റർ താണ്ടിയാൽ ഓരോ മലകൾ തിരിഞ്ഞു അടുത്ത മലയിലെത്താം. എന്നാൽ ഇവിടെ എട്ടും പത്തും കിലോമീറ്ററുകൾ താണ്ടിയാലും ഒരു പർവതത്തിന്റെ സിംഹഭാഗവും ബാക്കി കിടക്കുന്നുണ്ടാവും. മനുഷ്യന്റെ നിസ്സാരത ശരിക്കും അനുഭവിക്കണമെങ്കിൽ ഇങ്ങനെയുള്ള യാത്രകൾ നടത്തണം. എനിക്ക് ഹിമാലയ പർവതത്തിന്റെ വലിപ്പം പറഞ്ഞറിയിക്കാൻ സാധിക്കാത്തതുകൊണ്ടാണ് മുകളിലെ ഉദാഹരണത്തിലൂടെ പറയാൻ ശ്രമിക്കുന്നത്. നാലപ്പാട്ട് പറഞ്ഞപോലെ "........... അതിങ്കലെങ്ങാണ്ടൊരിടത്തിരുന്നു നോക്കുന്ന മർത്യൻ കഥയെന്തറിഞ്ഞു?"

ബദരീനാഥ ക്ഷേത്രത്തിനു സമീപത്തുകൂടി ഞങ്ങളുടെ കൊച്ചു വാഹനം കടന്നു പോയി. അവിടെ നിന്നും മൂന്ന് കിലോമീറ്റർ കഴിഞ്ഞാണ് മനാ ഗ്രാമം. ഇന്ത്യയിലെ ആ ദിശയിലുള്ള അവസാനത്തെ ഗ്രാമം. ഈ ഗ്രാമത്തിൽ നിന്നും 26 കിലോമീറ്ററേ ഉള്ളൂ ഇൻഡോ-ടിബറ്റൻ അതിർത്തിയിലേക്ക്. ഒരുപാട് പ്രാധാന്യമുണ്ട് ഈ ഗ്രാമത്തിന്. സമുദ്രനിരപ്പിൽനിന്നും 10500 അടി ഉയരത്തിൽ സ്ഥിതി ചെയ്യുന്ന ഈ ഗ്രാമത്തിലെ ഒരു ഗുഹയിലിരുന്നാണ് വ്യാസമുനി ഗണപതിയുടെ സഹായത്തോടെ മഹാഭാരതം എഴുതിയതെന്നാണ് പറയപ്പെടുന്നത്. വ്യാസമുനി താമസിച്ചിരുന്ന ഗുഹയും ഗണപതി താമസിച്ചിരുന്ന ഗുഹയും നമുക്കിവിടെ കാണാം. സരസ്വതീനദി ഇവിടെ ഭൂമിക്കടിയിൽ നിന്നാണ് ഉത്ഭവിക്കുന്നത്. പാറക്കെട്ടുകൾക്കിടയിലൂടെ ആർത്തലച്ചു ഉയർന്നു വരുന്ന ഈ ജലപ്രവാഹം

വസുധാര

നയനമനോഹരമായ കാഴ്ചയാണ്. ഈ പ്രവാഹം ഇതുവരെ നിലച്ചു കണ്ടിട്ടില്ല. ആഴമേറിയ ഒരു കൊച്ചുനീർച്ചാലായി ഇത് തൊട്ടടുത്തു തന്നെ അരക്കിലോമീറ്ററിനുള്ളിൽ അളകനന്ദ നദിയുമായി ചേരുന്നു. ഇതാണ് ഞാൻ നേരത്തെ പറഞ്ഞ ആറാമത്തെ പ്രയാഗ. എന്തു കൊണ്ടിത് പഞ്ചപ്രയാഗയിൽ ഉൾപ്പെടുത്തിയില്ല എന്ന് ചോദിച്ചാൽ എനിക്കൊരു ഉത്തരമേ ഉള്ളൂ. ഇത് ആറാമത്തെ ആയതുകൊണ്ടു തന്നെ.

മനാ ഗ്രാമം താണ്ടിയാണത്രെ പഞ്ചപാണ്ഡവന്മാർ സ്വർഗ്ഗാരോഹണത്തിനായി കൈലാസത്തിലേക്ക് പോയത്. ആ വഴിയിലൂടെയാണ് ഞങ്ങൾക്ക് വസുധാര വെള്ളച്ചാട്ടത്തിലേക്ക് പോകേണ്ടത്. സരസ്വതീനദിയുടെ ഉത്ഭവസ്ഥാനത്തു അന്ന് പാഞ്ചാലിക്ക് നദി കുറുകെ കടക്കാൻ കഴിയാതെ വന്നപ്പോൾ, ഭീമസേനൻ വലിയ ഒരു പാറ എടുത്തു വെച്ചൊരു പാലം തീർത്തു. ആ പാലത്തിനു മുകളിലൂടെയാണ് ഞങ്ങളും വസുധാര വെള്ളച്ചാട്ടത്തിലേക്ക് യാത്രയായത്.

ഇനിയങ്ങോട്ടുള്ള യാത്ര തികച്ചും അനിർവചനീയമാണ്. മനാ ഗ്രാമം മുതൽ വസുധാര വെള്ളച്ചാട്ടംവരെയുള്ള ഏഴ് കിലോമീറ്റർ ദൂരം ശരിക്കും സ്വർഗ്ഗത്തിലേക്കുള്ള വഴി തന്നെയാണ്. അത്ര മനോഹരമാണീ പ്രദേശം. ഒരു വശത്തു ഛന്നം പിന്നം ഒഴുകുന്ന അളകനന്ദാ നദി, ചുറ്റും മഞ്ഞണിഞ്ഞ കൂറ്റൻ പർവ്വതങ്ങൾ; ഇടയ്ക്കിടെ ആഞ്ഞടിക്കുന്ന തണുത്ത കാറ്റ്. കടുംനീലാകാശത്തിൽ പഞ്ഞിക്കെട്ടുകൾ പോലെയുള്ള വെളുത്ത മേഘങ്ങൾ; ഓരോ കുഞ്ഞുചെടിക്കും പൂവിനും അഭൗമസൗന്ദര്യം. ഇല്ല; ഞാനതു വർണ്ണിക്കാൻ തുനിയുന്നില്ല. സമയവും ആരോഗ്യവും ഉണ്ടെങ്കിൽ ജീവിതത്തിൽ ഒരിക്കലെങ്കിലും നിങ്ങൾ ഇവിടംവരെ വരൂ. ഇത്രയേ എനിക്ക് പറയാനുള്ളൂ.

ഉച്ചയ്ക്ക് 12 മണിക്ക് തുടങ്ങിയ കാൽനടയാത്ര നാലു മണിക്കൂർ എടുത്തു ഏഴ് കിലോമീറ്റർ പിന്നിട്ടു വസുധാര വെള്ളച്ചാട്ടത്തിനു മുന്നിലെത്താൻ. 400 അടി ഉയരത്തിൽനിന്നു പതിക്കുന്ന വെള്ളച്ചാട്ടം സമുദ്രനിരപ്പിൽനിന്നും 12000 അടി ഉയരത്തിലാണ് സ്ഥിതി ചെയ്യുന്നത്. ഉയർന്ന പ്രദേശമായതുകൊണ്ട് വായുവിലെ ഓക്സിജന്റെ അളവ് താരതമ്യേന കുറവാണിവിടെ. ജീവിതത്തിൽ ആദ്യമായിട്ടാണ് അങ്ങനെ ഒരു അനുഭവം. വിമാനത്തിൽ സഞ്ചരിക്കുമ്പോൾ ഓക്സിജൻ മാസ്ക് 'താഴെ വരും... താഴെ വരും' എന്ന് പറഞ്ഞു സുന്ദരികൾ പറ്റിക്കാൻ തുടങ്ങിയിട്ട് കാലമെത്രയായിരിക്കുന്നു. ഒരിക്കൽ പോലും വിമാനത്തിലെ ഓക്സിജൻ കുറഞ്ഞിട്ടുമില്ല മാസ്ക് താഴെ വന്നിട്ടുമില്ല. ഇവിടെ പക്ഷേ മാസ്കൊന്നും

താഴെ വരില്ല. ശ്വാസം കിട്ടാതാവുമ്പോൾ എവിടെയെങ്കിലും ഇരുന്നു ചെമ്മീനിലെ കറുത്തമ്മയെപ്പോലെ ശ്വാസം നീട്ടി വലിച്ചു വിടണം.

ജലം, താഴെ സ്പർശിക്കുന്നതിനു മുൻപ് തന്നെ അപ്പൂപ്പൻതാടി പോലെ കാറ്റിനനുസരിച്ചു പറന്നു നടക്കുന്നുണ്ട്. ഹൃദയശുദ്ധി ഉള്ള വരുടെ ദേഹത്ത് മാത്രമേ ഈ വെള്ളം പതിക്കുകയുള്ളൂ എന്നൊരു വിശ്വാസം നിലവിലുണ്ട്. ഹൃദയശുദ്ധി ഏറെ ഉള്ളതു കൊണ്ടായി രിക്കാം ഞങ്ങളെല്ലാവരും നല്ലപോലെ നനഞ്ഞു. ഇവിടെയിരുന്നാണ് വ്യാസമഹർഷി വേദങ്ങളെ നാലായി തരം തിരിച്ചതെന്നു പറയ പ്പെടുന്നു. വസു എന്നാൽ വിഷ്ണുവെന്നും വിഷ്ണുവിന്റെ ധാര അല്ലെങ്കിൽ പ്രവാഹമാണ് വസുധാര എന്നും ഒരു പക്ഷം. വസു എന്നാൽ ഭൂമി ആണെന്നും ഭൂമിയുടെ പ്രവാഹമാണ് വസുധാര എന്നു വേറൊരു പക്ഷം. ഏതു പക്ഷത്തിരുന്നാലും ഇങ്ങനെ ഒരു പ്രവാഹം ഭൂമിയിൽ വേറെ ഉണ്ടാവില്ല. അത്ര സുന്ദരമാണീ ഭൂപ്ര ദേശം. താഴെ സതോപന്ഥ് എന്ന് പേരുള്ള മഞ്ഞു മലയാണ്. അതിൽ നിന്ന് രണ്ടു കഷ്ണം മഞ്ഞു പെറുക്കിയെടുത്തു ഞങ്ങൾ തിരിച്ചുള്ള യാത്ര തുടങ്ങി. രസകരമായ കാര്യം; വസുധാരയിലെ വെള്ളവും ചെന്നു ചേരുന്നത് അളകനന്ദാ നദിയിൽ തന്നെയാണ്. ഇതിപ്പോ എത്രാമത്തെ പ്രയാഗയാണ്? ഞങ്ങൾ സപ്തപ്രയാഗയും കണ്ടു എന്ന് ചുരുക്കം.

അപ്പോഴേക്കും സമയം നാലര. യാത്രയ്ക്കിടയിൽ പല ഘട്ട ങ്ങളിലും ഈ യാത്ര മുഴുവനാക്കാൻ സാധിക്കുമോ എന്ന് തോന്നു മാറ് ശരീരം കയർത്തുകൊണ്ടിരുന്നു. മനസ്സ് ശരീരത്തെ പൂർണ്ണ മായും അടിമയാക്കിയില്ലായിരുന്നെങ്കിൽ ഈ യാത്ര മുഴുവനാവില്ലാ യിരുന്നു. എന്നിട്ടും അവസാനത്തെ കിലോമീറ്ററുകൾ കപ്പിത്താൻ ഷെബിയുടെ ബലിഷ്ഠമായ തോളെല്ലുകൾ എനിക്കൊരത്താണി യായി മാറി. രാത്രി ഒമ്പതു മണിയോടെ ബദരീനാഥിലെ ഹോട്ടൽ മുറിയിൽ (എന്നൊന്നും പറയാൻ പറ്റില്ല: കൂടാരം എന്ന് പറയുന്ന താവും ശരി) എത്തി. അവിടെ നിന്നും ബദരീനാഥ ദർശനത്തി നായി പുറപ്പെട്ടു.

1750–500 ബിസി വർഷങ്ങളിൽ നിർമ്മിതമായിട്ടുള്ള ഈ വിഷ്ണു ക്ഷേത്രത്തിലെ പ്രതിഷ്ഠ ശ്രീ ബദരിനാരായണൻ ആണ്. അശോക ചക്രവർത്തിയുടെ കാലഘട്ടത്തിലും അതിനെ തുടർന്നുള്ള 8–9 നൂറ്റാണ്ടുകളിലും ഇതൊരു ബുദ്ധവിഹാരമായി മാറുകയുണ്ടായി. പിന്നീട് വീണ്ടും 8–ാം നൂറ്റാണ്ടിൽ ശങ്കരാചാര്യരുടെ നേതൃത്വത്തിൽ ഹൈന്ദവ വിഷ്ണു ക്ഷേത്രവും തീർത്ഥാടനകേന്ദ്രവും ആക്കി മാറ്റുക യായിരുന്നു. ശ്രദ്ധേയമായ ഒരു കാര്യം, ഇവിടത്തെ മുഖ്യ പൂജാരി ശങ്കരാചാര്യരുടെ കാലം മുതൽ കേരളത്തിൽ നിന്നുള്ള നമ്പൂതിരി യാണ്.

റാവൽജി എന്നറിയപ്പെടുന്ന ഈ പൂജാരിയെ നേരിട്ടു കാണാൻ സകലമാന മല്ലുപ്രയോഗങ്ങളും നടത്തിയിട്ടാണ് അനിലും പ്രിയയും കേരളത്തിൽ നിന്ന് പുറപ്പെട്ടതുതന്നെ. പഴയ റാവൽജിയുടെ അനിയൻ തിരുമേനിയെ തന്നെയാണ് അവർ ചാക്കിട്ടു പിടിച്ചിരുന്നത്. ഈ വിവരമൊക്കെ രഹസ്യമാക്കി വെച്ചിരുന്നതുകൊണ്ട് റാവൽജിയെ കാണാൻ പറ്റാതിരുന്ന ഇച്ഛാഭംഗം പുറത്തറിഞ്ഞില്ല. ഇനിയിപ്പോ ഞങ്ങൾ അത് പുറത്തറിയിക്കുന്നുമില്ല.

വലിയൊരു ദിവസത്തിന്റെ അവസാനം ബദരീനാഥിലെ കൂടാരത്തിൽ ശരീരത്തിന്റെ ഓരോ കോശവും ക്ഷീണമെന്തന്നറിഞ്ഞ് ഉറങ്ങുമ്പോൾ മനസ്സ് അതിന്റെ ഏറ്റവും ഉന്മേഷാവസ്ഥയിൽ ആയിരുന്നു.

ഇനി നാളെ മറ്റൊരു സുന്ദരസ്വപ്നഭൂവിലേക്ക് യാത്ര ആരംഭിക്കും. ഗംഗാറിയ...

കാണ്ഡം നാല്: ഗംഗാറിയയിലേക്ക്

സവിശേഷമായ ഒരു കാഴ്ച കാണാനുള്ള ആവേശത്തിലാണ് നാലാം ദിവസം സൂര്യോദയത്തിനു വളരെ മുൻപ് എല്ലാവരും ബദരീനാഥിലെ കൂടാരത്തിൽ ഉറക്കമുണർന്നത്. ‘ചലോ പൊലീസ് ചൗക്കി’ ക്യാപ്റ്റന്റെ ഉത്തരവ് വന്നു. ഉത്തരാഖണ്ഡ് പൊലീസിന്റെ രാവിലത്തെ തോക്കും പിടിച്ചുള്ള ‘ഓലക്കാല് ശീലക്കാല്’ നടത്തം കാണാനുള്ള പുറപ്പാടാണെന്നു കരുതിയോ? തെറ്റിപ്പോയി; പൊലീസ് ചൗക്കിയുടെ മുന്നിൽ നിന്നാൽ തികച്ചും അഭൗമമായൊരു കാഴ്ച കാണാമത്രെ.

സൂര്യന്റെ ആദ്യ കിരണങ്ങൾ അങ്ങകലെയുള്ള നീലകണ്ഠ പർവ്വതത്തിന്റെ നെറുകയിലെ ഹിമപാളികളിൽ പതിച്ചപ്പോൾ അതൊരു സുവർണ്ണ താഴികക്കുടമായി കാണപ്പെട്ടു. തികച്ചും വർണ്ണനാതീതമായ കാഴ്ച.

തിരിച്ചു കൂടാരത്തിലെത്തി പ്രഭാതഭക്ഷണവും കഴിച്ചു തയ്യാറായി നിൽക്കുമ്പോൾ ശരീരമാസകലം രുദ്രാക്ഷം, ഷാലിഗ്രാമശില, സ്ഫടികശില തുടങ്ങിയവകൊണ്ടുള്ള മാലകളുമായി ഒരു ഹിമാലയ പൗരൻ വന്നെത്തി. പിന്നത്തെ കാര്യം പറയണ്ടല്ലോ. ഡൽഹിയിൽ നിന്ന് പുറപ്പെട്ടതിനുശേഷം ഹരിദ്വാറിൽ അവസാനമായി കണ്ട ‘പണം തുപ്പുന്ന യന്ത്രത്തിൽ’ നിന്നെടുത്ത നോട്ടുകൾ മുഴുവൻ മാലകളായി മാറി തോളിലെ മാറാപ്പിൽ സ്ഥലം പിടിച്ചു. ഒരു രുദ്രാക്ഷമാലയെടുത്തു കഴുത്തിലിട്ടപ്പോൾ പൂർണ്ണമായും ഒരു ഹിമാലയൻ സായിപ്പായി മാറിക്കഴിഞ്ഞിരുന്നു.

ഗംഗാറിയയിലേക്ക്

ഒൻപതു മണിയോടെ ബദരീനാഥിൽ നിന്ന് യാത്രയായി. അടുത്ത ലക്ഷ്യം ഗോവിന്ദ് ഘട്ട് ആണ്. അവിടെ നിന്നാണ് ഗംഗാറിയയിലേക്കുള്ള കയറ്റം ആരംഭിക്കുന്നത്. ഗോവിന്ദ് ഘട്ടിലാണ് ഗംഗാറിയയിൽനിന്ന് ഒഴുകിയെത്തുന്ന ലക്ഷ്മൺ ഗംഗ എന്ന നദി അളകാനന്ദാ നദിയുമായി ചേരുന്നത്. ഭൈന്ദർ ഗംഗാ നദിയും പുഷ്പാവതീ നദിയും ഗംഗാറിയയിൽ വെച്ച് കൂടിച്ചേർന്നാണ് ലക്ഷ്മണ ഗംഗ ഉണ്ടാകുന്നത്. അങ്ങനെ എത്രയെത സംഗമങ്ങൾ. ഒരു കാര്യം മനസ്സിലായി. പ്രകൃതി എപ്പോഴും സംഗമങ്ങളുടെ വേദിയാണ്. പിരിയലുകളും പിരിച്ചുവിടലുകളും യുദ്ധങ്ങളും സംഘർഷങ്ങളും എല്ലാം മനുഷ്യനുണ്ടാക്കി വെക്കുന്ന അനർത്ഥങ്ങളാണ്. നമ്മൾ പ്രകൃതിയിൽനിന്നു പാഠങ്ങളുൾക്കൊള്ളേണ്ട സമയം അതിക്രമിച്ചിരിക്കുന്നു.

ഗോവിന്ദ് ഘട്ടിൽ നിന്നുള്ള ആദ്യത്തെ അഞ്ചു കിലോമീറ്റർ ജീപ്പിലായിരുന്നു യാത്ര. പിന്നീടുള്ള പത്തു കിലോമീറ്റർ ചെങ്കുത്തായ നടവഴിയിലൂടെ പുറത്തു ഭാരവും ഏറ്റി നടന്നു കയറണം. അല്ലെങ്കിൽ നെപ്പോളിയൻ ചക്രവർത്തി പണ്ട് സൈന്യവുമായി ആൽപ്സ് പർവ്വതനിര കയറാനുപയോഗിച്ച അടക്കവും ഒതുക്കവും ഉള്ള മൃഗത്തിന്റെ സഹായം കിട്ടും. മ്യൂൾ അഥവാ കോവർ കഴുതയാണ് ഞാൻ പറഞ്ഞ മൃഗം. മലനിരകളിലെ യാത്രയ്ക്ക് ഏറ്റവും ഉറച്ച കാലുകളുള്ളത് കോവർ കഴുതയ്ക്കാണെത്രെ.

സ്വന്തം ശരീരബലത്തിന്റെ അഹങ്കാരമൊക്കെ വസുധാര വെള്ളച്ചാട്ടത്തിൽ ഉപേക്ഷിച്ചു പോന്നതുകൊണ്ട് കോവർ കഴുതയുടെ പുറത്തു കയറിയിരിക്കാൻ എനിക്ക് മടി തോന്നിയില്ല. കപ്പിത്താൻ ഷെബിയുടെ നേതൃത്വത്തിൽ ആറ് പേർ നടന്നു കയറാൻ തീരുമാനിച്ചു. ബാക്കിയുള്ള ഞങ്ങൾ എട്ടു പേർ കോവർ കഴുതയുടെ പുറത്തു 'സവാരി ഗിരി ഗിരി'.

ഹരിതാഭമായ പൈൻ മരങ്ങൾക്കിടയിലൂടെയുള്ള താളാത്മകമായ ആ യാത്ര ജീവിതത്തിലൊരിക്കലും മറക്കാനാവില്ല. ടോണിയുടെ താളം കോവർകഴുതയുടേതുമായി ചേരാത്തതുകൊണ്ടാണെന്നു തോന്നുന്നു അദ്ദേഹം ആ പാവം മൃഗത്തിന്റെ കഴുത്തിൽ ഇടയ്ക്കിടെ തടവി മെരുക്കാൻ ശ്രമിക്കുന്നുണ്ടായിരുന്നു.

ഏകദേശം ഒന്നര മണിക്കൂർ പിന്നിട്ട് ഉച്ചയ്ക്ക് പന്ത്രണ്ടര മണിയായപ്പോൾ ലക്ഷ്മൺ ഗംഗാനദിക്ക് കുറുകെയുള്ള ഒരു കുഞ്ഞു പാലം കടന്നു ഞങ്ങൾ ഒരു ഇടത്താവളത്തിലെത്തി. മുകളിൽ നിന്ന് കുത്തിയൊഴുകി വരുന്ന നദിയും ചുറ്റുമുള്ള പർവ്വതങ്ങളും ആ ഇടത്താവളത്തിനെന്തെന്നില്ലാത്ത സൗന്ദര്യം തോന്നിച്ചു. പ്രകൃതിക്കിവിടെ പ്രായം വയലാറിന്റെ 'പൂന്തേനരുവി'യുടേതാണെന്നു

നീലകണ്ഠപർവ്വതം

തോന്നുന്നു. പൊന്മുടിപ്പുഴയുടെ അനുജത്തി. ക്യാമറയ്ക്കു വിശ്രമം കിട്ടിയില്ല ആ ഇടത്താവളത്തിൽ.

അവിടെ നിന്നും പുറപ്പെട്ടു രണ്ടര മണിയോടെ കഴുത സവാരിക്കാർ ഗംഗാറിയയിൽ എത്തി. സിക്കുമത വിശ്വാസികളുടെ തീർത്ഥാടനകേന്ദ്രമായ ഹേമന്ത്കുണ്ഡ് സാഹിബിലേക്കും പൂക്കളുടെ താഴ്വരയിലേക്കുമുള്ള (Valley of flowers) സഞ്ചാരികൾ തമ്പടിക്കുന്ന ഒരു കൊച്ചു ഗ്രാമമാണ് ഗംഗാറിയ. ആ പ്രദേശത്തെ താമസയോഗ്യമായ അവസാനത്തെ കേന്ദ്രം. നടന്നു കയറിയ ഞങ്ങളുടെ സുഹൃത്തുക്കൾ എത്തിയപ്പോഴേക്കും സമയം ഏഴു മണി കഴിഞ്ഞിരുന്നു. രാവിലെ പതിനൊന്നു മണിക്ക് തുടങ്ങിയതാണ് മലകയറ്റം. അവരെത്തിപ്പെടാൻ അനുഭവിച്ച കഷ്ടപ്പാടുകൾ വിവരിക്കാൻ തുടങ്ങിയാൽ, ഞങ്ങളെ മലമുകളിൽ എത്തിച്ച കോവർ കഴുതകൾ പിണങ്ങും. അതുകൊണ്ടതിനു മുതിരുന്നില്ല. എന്തൊക്കെ പറഞ്ഞാലും കോവർ കഴുതകളോടൊരു ആത്മബന്ധം തോന്നിത്തുടങ്ങിയിരുന്നു.

നടന്നു കയറിയവരിലാരോ ഒരാൾ, മലകയറ്റത്തിൽ കോവർ കഴുതകളേക്കാൾ ശക്തനായ നേപ്പാളി ഷേർപ്പയുടെ മുതുകിൽ നെറുകയിലൂടെ വലിച്ചു കെട്ടിയ കൊട്ടയിൽ കയറിയിരുന്നു സവാരി ചെയ്തെത്തിയ കഥയൊക്കെ പിറ്റേന്ന് ഗംഗാറിയയിൽ പാട്ടായിരുന്നു. ഞങ്ങൾക്ക് കോവർ കഴുതയോട് തോന്നിയപോലെ ഒരു ആത്മബന്ധം അദ്ദേഹത്തിന് കൊട്ടയോടു തോന്നിയതിൽ അത്ഭുതം ഒട്ടുമില്ല. അദ്ദേഹം തൃശ്ശൂർ എത്തിയിട്ടും കൊട്ട എവിടെ കണ്ടാലും ചാടിക്കയറി ഇരിക്കുന്നു എന്നാണറിയാൻ കഴിഞ്ഞത്.

സമുദ്രനിരപ്പിൽ നിന്നും 10000 അടി ഉയരത്തിലുള്ള ഗംഗാറിയയിലെ രാത്രിയിലെ തണുപ്പിന് ഒരു താളമുണ്ടായിരുന്നു. കോവർ കഴുതകളുടെ താളം. ആ താളത്തിൽ ലയിച്ചു ഉറങ്ങിപ്പോയതറിഞ്ഞില്ല. ക്ഷീണംകൊണ്ട് അടുത്ത ദിവസത്തെ പൂക്കളുടെ താഴ്വരയിലേക്കുള്ള (Valley of Flowers) യാത്രയെക്കുറിച്ചു സ്വപ്നം കാണാനും മറന്നു.

കാണ്ഡം അഞ്ച് : പൂക്കളുടെ താഴ്വരയിലൂടെ (Valley of Flowers)

മൂന്നു ബ്രിട്ടീഷ് പർവ്വതാരോഹകർ ഫ്രാങ്ക് സ്മിത്ത്, എറിക് ഷിപ്ട്ടൻ, ആർ എൽ ഹോൾഡ്സ്വർത്ത് എന്നിവർ 1931ൽ, ഉത്തരാഖണ്ഡ് പ്രദേശത്തെ രണ്ടാമത്തെ ഉയരം കൂടിയ കാമേത പർവ്വതം കീഴടക്കി തിരിച്ചുവരികയായിരുന്നു. സുദർശനനും ലേഖയ്ക്കും

ശ്രദ്ധയ്ക്കും പറ്റിയപോലെ അവർക്കും വഴി തെറ്റി. വഴി തെറ്റിയാലെന്താ? എത്തിപ്പെട്ട സ്ഥലമാണ് ഭൂമിയിലെ ഏറ്റവും മനോഹരമായ താഴ്വരകളിലൊന്നായ പൂക്കളുടെ താഴ്വര അഥവാ Valley of Flowers. അവരാണ് അതിന് ഈ പേര് സമ്മാനിച്ചത്. മാത്രമല്ല, ഫ്രാങ്ക് സ്മിത്ത് Valley of Flowers എന്ന പേരിൽ ഒരു പുസ്തകവും എഴുതി. വില്യം വേർഡ്സ്വർത്തായിരുന്നെങ്കിൽ കവിതതന്നെ എഴുതുമായിരുന്നു.

ചരിത്രം അവിടെ നിൽക്കട്ടെ. നമുക്കും കാണാൻ പോകണ്ടേ? ഈ പൂക്കളുടെ താഴ്വര. കുബേര ഹോട്ടലിൽ നിന്ന് ചൂടോടെ പ്രഭാത ഭക്ഷണവും കഴിച്ച് അടുത്ത കടയിൽ നിന്ന് കൂർത്ത ഇരുമ്പ് മുന ഘടിപ്പിച്ച ഒരോ മുളവടിയും വാങ്ങി ഞങ്ങൾ പുറപ്പെട്ടു. (ഈ മല കയറാൻ രണ്ടു കാലുകൾ പോരാ എന്നാരോ പറഞ്ഞു. എന്നാൽപ്പിന്നെ ഒരു കാലും കൂടി ഇരിക്കട്ടെന്നു നിരീച്ചു). നാല് കിലോമീറ്റർ ആണ് ഗംഗാറിയയിൽനിന്ന് പൂക്കളുടെ താഴ്വരയിലേക്കുള്ള ദൂരം. സമുദ്രനിരപ്പിൽ നിന്ന് 10000 അടി ഉയരമുള്ള ഗംഗാറിയയിൽ നിന്ന് 14000 അടിയിലേക്കുള്ള കയറ്റത്തിന്റെ കടലാസ്സിൽ കുത്തിക്കുറിച്ച കണക്കാണ് ഈ നാല് കിലോമീറ്റർ. എനിക്ക് കണക്ക് പണ്ടേ ചതുർത്ഥിയാണ്. അതിന്റെ കാരണം ഇതൊക്കെ തന്നെ. നാല് കിലോമീറ്റർ എന്നും പറഞ്ഞു നടന്നു തുടങ്ങുമ്പോൾ അറിയാം ശരീരത്തിനു കണക്കു പിഴയ്ക്കുന്നത്.

ഈ താഴ്വരയിലേക്ക് കോവർ കഴുതകൾക്കു പ്രവേശനമില്ല. അതുകൊണ്ട് നടന്നു കയറാതെ പറ്റില്ല. അനിൽ രക്ഷപ്പെട്ടു; അദ്ദേഹത്തിന്റെ നേപ്പാളി നേരത്തെ തന്നെ തലയിൽ കൊളുത്തിയിട്ട കൊട്ടയുമായി ഹോട്ടലിനു മുന്നിൽ വന്നു നിലയുറപ്പിച്ചിരുന്നു. അനിലിനെ നേപ്പാളിയുടെ തലയിലെ കൊട്ടയിൽ ഇറക്കിവെച്ചു പ്രിയയുടെ അകമ്പടിയോടെ കപ്പിത്താൻ ഷെബിയുടെ നേതൃത്വത്തിൽ മുൻനിരസംഘം ഉടനെ യാത്ര തിരിച്ചു. അവരുടെ പുറകെ സുദർശനനും രേഖയും ശ്രദ്ധയും നടന്നുനീങ്ങുന്നതും കണ്ടു. പൂക്കളുടെ താഴ്വരയിൽ രാമേട്ടന്റെ ചായക്കടയൊന്നും ഇല്ലായിരുന്നു എന്ന് അവിടേക്ക് ആദ്യം പോയ സായിപ്പന്മാർ രേഖപ്പെടുത്തിയിരുന്നതുകൊണ്ട് ഉരുളക്കിഴങ്ങു നിറച്ച പറോട്ട പൊതിഞ്ഞു തരാൻ ഞാൻ ഹോട്ടലിൽ പറഞ്ഞുവെച്ചിരുന്നു.

അത് ഞങ്ങളുടെ കൂട്ടത്തിലെ തന്നെ ആരോ വാങ്ങിക്കൊണ്ടുപോയതായിട്ടറിയാൻ കഴിഞ്ഞു. തോൾസഞ്ചിയിൽ ഒമാനി ഈന്തപ്പഴവും വെള്ളവും കരുതിയിരുന്നതുകൊണ്ടു ഭക്ഷണപ്പൊതി വേണ്ടെന്നുവെച്ച് ഞങ്ങൾ ബാക്കിയുള്ള ആറുപേരും യാത്ര തിരിച്ചു.

ഹോട്ടലിൽ നിന്ന് അര കിലോമീറ്റർ നടന്നപ്പോൾ പാത രണ്ടായി തിരിഞ്ഞു. ഒന്ന് കുത്തനെയുള്ള കയറ്റമാണ്. അത് ഹേമന്ത്കുണ്ഡ് സാഹിബിലേക്കുള്ള വഴി. ഇടതുവശത്തേക്ക് തിരിഞ്ഞു പോകുന്ന പൂക്കളുടെ താഴ്വരയിലേക്കുള്ള വഴിയിലൂടെ ഞങ്ങൾ കുറച്ചു ദൂരം നടന്നപ്പോൾ വനം വകുപ്പിന്റെ ഒരു ഓഫീസിൽ എത്തി അവിടെ നല്ലവരായ കുറച്ചു വനപരിപാലകരെ കണ്ടുമുട്ടി. ഞങ്ങളുടെ ആധാർ കാർഡുകൾ വാങ്ങി വിവരങ്ങൾ രേഖപ്പെടുത്തി ആളൊന്നുക്ക് 150 രൂപ വീതം വാങ്ങി രസീത് തന്ന് ഞങ്ങളെ പോകാൻ അനുവദിച്ചു. ഒരു കാര്യം പ്രത്യേകം പറഞ്ഞിരുന്നു വൈകീട്ട് അഞ്ചര മണിക്ക് മുൻപായി തിരിച്ചെത്തണം. അപ്പോൾ സമയം രാവിലെ എട്ട് മണി.

അവിടന്നങ്ങോട്ടുള്ള യാത്ര പറഞ്ഞറിയിക്കാൻ കഴിയാത്തത്ര മനോഹരമായ പാതകളിലൂടെ ആയിരുന്നു. പൈൻ മരങ്ങളും ക്രിസ്തുമസ് മരങ്ങളും ഇടതൂർന്നു വളർന്നു നിൽക്കുന്ന പാതയിലൂടെ ഞങ്ങൾ സാവധാനം ചിത്രങ്ങൾ പകർത്തി മുന്നോട്ടു നീങ്ങി. ഓരോ കുഞ്ഞു സസ്യങ്ങളും കൊച്ചുപൂക്കളും അതീവ സുന്ദരങ്ങളായിരുന്നു. വഴിയരികിലെ പൊന്തക്കാട്ടിൽ നിന്ന് തല ഉയർത്തി നിൽക്കുന്ന ഒരു മൂർഖൻപാമ്പിനെ കണ്ടപ്പോൾ തെല്ലൊന്നുമല്ല പേടിച്ചു പോയത്. കോബ്ര ലില്ലി എന്ന അപൂർവ്വ ഇനം ലില്ലിച്ചെടി ആണ് അതെന്ന് അറിഞ്ഞപ്പോഴാണ് സമാധാനമായത്.

കാട്ടരുവിയുടെ കളകളാരവം കേട്ട് നോക്കിയപ്പോൾ അവിടെ ഒരു വനപാലകൻ നിലയുറപ്പിച്ചിരുന്നു. അൽപം ഉയരത്തിൽനിന്ന് പതിക്കുന്ന ആ കൊച്ചരുവിക്ക് കുറുകെ പാലമായി ഒരു വെളുത്ത മഞ്ഞുപാളി ഉണ്ടായിരുന്നു. അതിൽ കയറരുതെന്നു പറയാനാണ് അയാളവിടെ നിന്നിരുന്നത്. വേനൽക്കാലമായതുകൊണ്ടു പാളിക്കുള്ളിലെ മഞ്ഞുരുകി പൊള്ളയായിട്ടുണ്ടാവുമെന്നയാൾ പറഞ്ഞു. അതിൽ ചവിട്ടിയാൽ ചിലപ്പോൾ ലോലമായ മുകൾഭാഗം പൊട്ടി താഴെ ആഴങ്ങളിലേക്ക് വീണുപോയേക്കാമെന്നയാൾ പറഞ്ഞതനുസരിച്ചു ഞങ്ങൾ വഴി മാറി നടന്നു നീങ്ങി.

പിന്നീടൊരു കൊച്ചു വെള്ളച്ചാട്ടത്തിനു മുകളിലൂടെയുള്ള താൽക്കാലിക പാലത്തിലൂടെ നടന്നു നീങ്ങുമ്പോൾ അതാ മൂന്നു പേർ ഞങ്ങളുടെ പുറകിലായി വേഗത്തിൽ നടന്നു വരുന്നു: സുദർശനും ഡോക്ടർ ലേഖയും മോള് ശ്രദ്ധയും. അവർ വഴി തെറ്റി ഹേമന്ത് കുണ്ഡ് സാഹിബ്ബിലേക്കുള്ള വഴിയേ കയറിപോയത്രെ. പക്ഷേ, സായിപ്പന്മാർക്കു പറ്റിയ സുബദ്ധമൊന്നും അവർക്ക് പറ്റിയില്ല.

പുതിയ താഴ്വരകളൊന്നും കണ്ടുപിടിക്കാതെ തിരിച്ചു നടന്ന് പൂക്കളുടെ താഴ്വരയിലേക്കുള്ള നേർവഴിയിൽ തന്നെ അവരെത്തി.

പൂക്കളുടെ താഴ്‌വര

അല്ലെങ്കിലും വീണത് വിദ്യയാക്കാനുള്ള സായിപ്പിന്റെ അത്ര സൂത്ര മൊന്നും നമ്മൾ ഇന്ത്യക്കാരുടെ കൈയിലില്ലല്ലോ.

അവര് വന്നപ്പോൾ നടത്തത്തിനിത്തിരി ഉഷാറ് കൂടി. നല്ല കയറ്റ മായതുകൊണ്ട് ഇടയ്ക്കിടെ കാണുന്ന കൊച്ചു പാറകളിൽ ഇരുന്നു വിശ്രമിച്ചായിരുന്നു യാത്ര. ഒമാനി ഈന്തപ്പഴം, കഴിച്ചുകൊണ്ട് മല കയറ്റം തുടർന്നുകൊണ്ടേയിരുന്നു. നീലാകാശം മുട്ടി നിൽക്കുന്ന പർവ്വതനിരകളും ഇടയ്ക്കിടെ സംഗീതസാന്ദ്രമായി ഒഴുകിയിറങ്ങി വരുന്ന കൊച്ചരുവികളും കൂർത്ത അഗ്രങ്ങളുള്ള പലതരം മരങ്ങളും കൊച്ചു കൊച്ചു പൂച്ചെടികളും സുഖകരമായ തണുത്ത തെന്നലും യാത്ര അത്യന്തം ആസ്വാദ്യകരമാക്കി.

അതിനിടയിൽ സിന്ധുവും പ്രസന്നയും മധുവും ഒരുപാട് പുറകി ലായത് ഞങ്ങൾ അറിഞ്ഞില്ല. പ്രസന്നയ്ക്കും സിന്ധുവിനും ഫോട്ടോ എടുപ്പിക്കാനുള്ള നൊസ്സ് ഇത്തിരി കൂടുതൽ ഉള്ളതു കൊണ്ട്, മധു ഫോട്ടോ എടുത്തു ക്ഷീണിച്ചിട്ടുണ്ടാവും എന്നാ കരുതി യത്. അതിനിടയിൽ ശ്രദ്ധയാണെങ്കിൽ ചെറുപ്പത്തിന്റെ വേഗത യിൽ ഞങ്ങളെ മുന്നോട്ടു നയിച്ചുകൊണ്ടിരുന്നു.

ഏകദേശം ഒരു മണിയോടെ ഒരു കൊച്ചരുവിയും കടന്ന് ഞങ്ങൾ പൂക്കളുടെ താഴ്‌വരയിലെത്തി. മുന്നേ പോയ സംഘം കുട്ടയും ഇറക്കി വെച്ച് അവിടെ ഒരു വലിയ പാറയുടെ താഴെ തമ്പടിച്ചിരുന്നു. നേപ്പാളിയുടെ തലയിലെ കുട്ടയിൽ അവിടംവരെ എത്തിയ സഞ്ചാരി, കുട്ടയും താനും തമ്മിൽ ഒരു ബന്ധവും ഇല്ലെന്ന മട്ടിൽ കുറച്ചകലെ മാറി നിൽക്കുന്നുണ്ടായിരുന്നു. പക്ഷേ അനിൽ, കുട്ടയിൽ ഇരുന്നെ ടുത്ത ചിത്രങ്ങളും വീഡിയോകളും ഞങ്ങളുടേതിൽ നിന്നും വിഭിന്നമായ കാഴ്ചകളായിരുന്നു. മരച്ചില്ലകളിലെ പറവകളുടെ കള കളാരവങ്ങളും മരങ്ങളുടേയും പർവ്വതങ്ങളുടെയും നീലാകാശത്തി ന്റേയും സംഗമരേഖകളും പൂക്കളുടെ ഉള്ളിൽ തേൻ കുടിച്ച് ഉന്മ ത്തരായി തിമിർക്കുന്ന വണ്ടുകളും അനിലിന്റെ ക്യാമറയിൽ പതി ഞ്ഞത് കാഴ്ചയ്ക്ക് മറ്റൊരു മാനം നൽകി. പ്രിയ, അപ്പോഴും ചിരിച്ചുകൊണ്ടേയിരുന്നു.

നടത്തം നിർത്തി ഉയർന്ന പാറയുടെ തണലിൽ ഇരുന്നപ്പോൾ ശരീരം കിടുകിടാ വിറച്ചു തുടങ്ങി. 14000 അടി ഉയരത്തിലാണ് ഞങ്ങൾ ഇരിക്കുന്നതെന്ന ബോധ്യം അപ്പോഴാണുണ്ടായത്. കുറച്ചു മാറി വെയിലത്ത് ചെറിയ ഒരു പാറയുണ്ടായിരുന്നു. ഇരിപ്പിടം അങ്ങോട്ട് മാറിയപ്പോൾ തണുപ്പിന് തെല്ലൊരു ശമനമുണ്ടായി. ഒരു മണിക്കൂർ കൂടി കഴിഞ്ഞു രണ്ടു മണി ആയപ്പോഴാണ് പ്രസന്നയും സിന്ധുവും മധുവും എത്തുന്നത്. സിന്ധുവിന്റെ കാൽമുട്ട് ചെറുതാ യൊന്നു പിണങ്ങി. അതുകൊണ്ടാണ് അവർ മൂന്നുപേരും നടത്തം സാവധാനമാക്കിയത്.

ഞങ്ങൾ 14 പേരും ലോകത്തിലെതന്നെ അതിമനോഹരമായ ആ താഴ്‌വരയിൽ ചെലവഴിച്ച ആ കുറച്ചു നിമിഷങ്ങൾ ഉണ്ടല്ലോ അത് ഓരോരുത്തരുടെയും ജീവിതത്തിലെ അപൂർവ്വ സുന്ദര നിമിഷങ്ങൾതന്നെ ആയിരുന്നു. ശിവകുമാർ ആ മനോഹര താഴ്‌വരയുടെ മൗനങ്ങളുടെ ആഴങ്ങളിൽ മുത്തും പവിഴവും തിരയുന്നതുപോലെ തോന്നി. അതേസമയം 'മുഖം മനസ്സിന്റെ കണ്ണാടി' എന്നത് എത്ര ശരിയാണെന്ന് പ്രതിഫലിക്കുന്ന മുഖഭാവങ്ങളുമായി പ്രസന്നയും ദീപയും അവിടെയിവിടെയായി തത്തിക്കളിച്ചു നടക്കുന്നുണ്ടായിരുന്നു. എനിക്ക് ഉറക്കെ അലറിവിളിച്ചു കവിതകളും നാടൻ പാട്ടുകളും പാടാൻ തോന്നുന്നുണ്ടായിരുന്നെങ്കിലും മറ്റുള്ളവരുടെ സന്തോഷത്തിനു ഭംഗം വരാതിരിക്കാൻ മനസ്സിനെ അടക്കി നിർത്തി.

ആ നിമിഷങ്ങൾക്ക് മാറ്റുകൂട്ടാനെന്നോണം ഒരു സ്വാമിജിയേയും ഞങ്ങൾ പരിചയപ്പെട്ടു. ഇന്ത്യ മുഴുവൻ കാൽനടയായി സഞ്ചരിച്ചു കൊണ്ടിരിക്കയാണ് അദ്ദേഹം. ഒരു കാഷായമുണ്ടുടുത്തു മറ്റൊരു മുണ്ട് കഴുത്തിന് ചുറ്റും അണിഞ്ഞു നല്ല വേഗത്തിലാണ് അദ്ദേഹം നടന്നു നീങ്ങുന്നത്. തോളിൽ ഒരു കുഞ്ഞു മാറാപ്പുണ്ട്, കൈയിൽ ഒരു വടിയും. കൈയിൽ പൈസയോ ക്രെഡിറ്റ് കാർഡോ ഒന്നും ഇല്ല. ഇത്രയേ വേണ്ടു ഭാരതപര്യടനത്തിന്.

അരുവികളിൽ നിന്ന് കോരിക്കുടിച്ച തെളിനീരിനും ഈന്തപ്പഴത്തിനുമൊന്നും വിശപ്പിനെ പറഞ്ഞു നിർത്താനാവുന്നുണ്ടായിരുന്നില്ല. അപ്പോഴുണ്ട് തൊട്ടടുത്ത പാറയിലിരുന്ന് ഒരാൾ ഉച്ചഭക്ഷണപ്പൊതി തുറക്കുന്നു. ഞാൻ ഹോട്ടലിൽ രാവിലെ പറഞ്ഞേൽപ്പിച്ചിരുന്ന ഉരുളൻക്കിഴങ്ങു പൊറാട്ട അടിച്ചു മാറ്റി പൂക്കളുടെ താഴ്‌വരയിൽ എത്തിച്ചത് ടോണി ആണെന്ന് അപ്പോൾ തീരുമാനമായി. അടിച്ചു പിരിഞ്ഞാൽ ഒന്നും കിട്ടില്ലെന്ന് മനസ്സിലാക്കിക്കൊണ്ട്, ടോണിയുമായി ഒത്തുതീർപ്പിലെത്തി ഒരു പറോട്ട സംഘടിപ്പിച്ചു. ആ പറോട്ട 4000 അടി മുകളിലേക്ക് ചുമന്നുകൊണ്ട് വന്നതിന് ടോണിയോട് നന്ദിയും അറിയിച്ചു.

തിരിച്ചുള്ള യാത്ര ഇറക്കമായതുകൊണ്ട് മൂന്നു മണിക്കൂറേ എടുക്കൂ എന്നതായിരുന്നു കണക്കുകൂട്ടൽ. ഞാൻ പറഞ്ഞില്ലേ കണക്കിൽ എനിക്ക് വലിയ വിശ്വാസമില്ലെന്ന്; അതു തെളിയിക്കുന്നതായിരുന്നു താഴോട്ടുള്ള ഇറക്കം. ഷെബിയും സംഘവും ഒരുപാട് മുന്നിലെത്തിക്കഴിഞ്ഞിരുന്നു. കാൽമുട്ടിലെ പ്രശ്നംകൊണ്ട് സിന്ധുവിന് താഴോട്ടുള്ള ഇറക്കമായിരുന്നു ഏറെ ദുഷ്കരം. ദീപയും പ്രസന്നയും ടോണിയും മധുവും ഞാനും സിന്ധുവിന് പൂർണ്ണപിന്തുണയുമായി നിഴൽപോലെ കൂടെ നിന്നു. ഏതു പ്രതിസന്ധി ഘട്ടത്തിലും ക്യാമറയുടെ കണ്ണു ചിമ്മുന്നതുകണ്ടാൽ സിന്ധുവിന്റെ മുഖം

സന്തോഷംകൊണ്ട് അരുണവർണ്ണമാകും. ആ സന്തോഷം മലയടിവാരത്ത് എത്തുന്നതുവരെ നിലനിർത്തി കൊണ്ടുപോകാൻ കിണഞ്ഞു ശ്രമിച്ചതുകൊണ്ടാകാം, തുടർന്നങ്ങോട്ടുള്ള യാത്രയിൽ എല്ലാ ക്യാമറകളും സിന്ധുവിന്റെ ചിത്രങ്ങൾകൊണ്ട് നിറഞ്ഞത്.

ആറര മണി ആയപ്പോൾ നല്ലവരായ രണ്ടു വനപാലകർ ഞങ്ങളെ അന്വേഷിച്ചു വരുന്നുണ്ടായിരുന്നു. അഞ്ചര മണിക്ക് മുൻപ് തിരിച്ചെത്തണമെന്നതാണ് ചട്ടം. അപ്പോഴേക്കും ചെറുതായി മഴയും പെയ്തു തുടങ്ങിയിരുന്നു. പൂക്കളുടെ താഴ്വരയുടെ കവാടത്തിലെത്താൻ വനപാലകരുടെ പരിശ്രമം കുറച്ചൊന്നുമല്ല ഞങ്ങളെ സഹായിച്ചത്. പ്രത്യേകിച്ച് സിന്ധുവിന്റെ അച്ഛൻ ഒരു പട്ടാളക്കാരനായിരുന്നു എന്നറിഞ്ഞപ്പോൾ, ആ ചെറുപ്പക്കാരുടെ ബഹുമാനവും ഞങ്ങളെ സഹായിക്കാനുള്ള ഉത്സാഹവും ഒന്ന് കാണേണ്ടതുതന്നെയായിരുന്നു. ഞങ്ങളുടെ സന്തോഷം ഒരു സമ്മാനരൂപത്തിൽ നൽകാൻ ശ്രമിച്ചപ്പോൾ നിരാശയായിരുന്നു ഫലം. അവർ അവരുടെ ജോലി ചെയ്യുക മാത്രമേ ചെയ്തുള്ളൂ എന്ന ആത്മാർത്ഥമായ, ഉറച്ച വാക്കുകൾക്ക് മുന്നിൽ ഞങ്ങൾക്ക് തോൽക്കുകയേ നിവർത്തിയുണ്ടായിരുന്നുള്ളൂ. ഈ അനുഭവം ഞങ്ങളുടെ യാത്രയിലെ ഒരു രജതരേഖയായി എന്നും മനസ്സിൽ നിലനിൽക്കും.

തിരിച്ചു ഹോട്ടൽ കുബേരയുടെ മുറിയിൽ എത്തി വിശ്രമിക്കുമ്പോൾ, 'മാലീസ്സ്തേൽമാലീസ്സ്' എന്ന് വിളിച്ചു പറഞ്ഞുകൊണ്ട് ഒരാൾ വന്നു. കാലിൽ കർപ്പൂരത്തിന്റെയും മറ്റു പച്ചമരുന്നുകളുടെയും ഗന്ധമുള്ള തൈലവും തേച്ചു പിടിപ്പിച്ചു തിരുമ്മി തന്നപ്പോൾ അന്നത്തെ കയറ്റത്തിന്റെ കാൽവേദന ഒട്ടൊന്നുമല്ല കുറഞ്ഞത്. മലകൾ കയറിയിറങ്ങി ക്ഷീണിച്ചു വരുന്ന ഗംഗാറിയയിലെ യാത്രക്കാരുടെ കാല് തിരുമ്മലിന്റെ സാധ്യത ഒരു വരുമാനമാർഗ്ഗമായി കണ്ടെത്തിയ അയാളോട് കുറച്ചു ബഹുമാനവും തോന്നി. "ഉദരനിമിത്തം ബഹുകൃത വേഷം."

മുറിയിൽ നിന്ന് പുറത്തിറങ്ങിയപ്പോൾ നിക്കി വരാന്തയുടെ ഒരു കോണിൽ ഇരുന്ന് ഫോണിൽ തിരുമ്മുന്നത് കണ്ടു, "ഫോൺ മാലീസ്സ്." നിക്കിയുടെ അടുത്ത് എത്തിയപ്പോൾ എന്റെ ഫോണും ശബ്ദിച്ചു തുടങ്ങി. ഒരു കാര്യം മനസ്സിലായി. ഫോണിന്റെ പരിധി പ്രശ്നം സങ്കീർണമായ ഗംഗാറിയയിൽ നിക്കി എവിടെ ഉണ്ടോ അവിടെ സിഗ്നൽ ഉറപ്പായും ഉണ്ടാവും.

നാളത്തെ ഹേമന്തകുണ്ഡ് സാഹിബിലേക്കുള്ള വലിയ കയറ്റം കോവർ കഴുതയുടെ പുറത്താവാം എന്ന് തീരുമാനിച്ച് ഉറപ്പിച്ചു ഭക്ഷണവും കഴിച്ചു പുറത്തു പെയ്യുന്ന മഴയും നല്ല തണുപ്പും ആസ്വദിച്ചു സുഖനിദ്രയിലാണ്ടു.

ഹേംകുണ്ഡ് സാഹിബ്

കാണ്ഡം ആറ് : ഹേംകുണ്ഡ് സാഹിബ്

"വാഹേ ഗുരു... വാഹേ ഗുരു" പുലർച്ചെ നാലു മണി മുതൽ ചെവിയിൽ അലയടിക്കാൻ തുടങ്ങിയിരുന്നു സിഖുകാരുടെ ഈ ശരണം വിളി. ഗംഗാറിയയിൽ, ഞങ്ങൾ താമസിച്ചിരുന്ന കുബേര ഹോട്ടലിനു നേരെ എതിർവശത്ത് ഒരു ഗുരുദ്വാരയുണ്ട്. അവിടെ വന്ന് തമ്പടിച്ചിട്ടതാണ് സിഖ് തീർത്ഥാടകർ ഹേംകുണ്ഡ് സാഹിബ് എന്ന അവരുടെ ഏറ്റവും ഉയരത്തിൽ സ്ഥിതിചെയ്യുന്ന തീർത്ഥാടന കേന്ദ്രത്തിലേക്ക് പ്രയാണമാരംഭിക്കുക. കുത്തനെയുള്ള ആറ് കിലോ മീറ്റർ കയറ്റമാണ്. ആ കയറ്റം അതിജീവിച്ച് ഉച്ചയ്ക്ക് ഹേംകുണ്ഡ് സാഹിബിലെ ഗുരുദ്വാര അടയ്ക്കുന്നതിന് മുൻപ് അവിടെ എത്തിച്ചേരാനാണ് സർദാർജിമാർ ഇത്രയും നേരത്തേ യാത്രയാകുന്നത്.

ഞങ്ങൾ എണീക്കുന്നത് അന്നത്തെ കുതിരസവാരിയും (കോവർ കഴുത സവാരി എന്ന് നിശ്ശബ്ദമായി വായിച്ചോളൂ) സ്വപ്നം കണ്ടുകൊണ്ടാണ്. എട്ടു മണിയോടെ പ്രാതലും കഴിച്ചു ഞങ്ങൾ പുറപ്പെട്ടു. പ്രസന്നയുടെയും എന്റെയും തൊട്ടു മുന്നിലായി ടോണിയും ദീപയും കുതിരകളുടെ താളത്തിനൊത്തു നീങ്ങിക്കൊണ്ടിരുന്നു. അങ്ങകലെ മലമുകളിൽ സൂര്യനുദിച്ചു പൊങ്ങുന്നുണ്ടായിരുന്നു. മലനിരകളും ലക്ഷ്മണഗംഗാ നദിയിലെ ഒരു

കുഞ്ഞു വെള്ളച്ചാട്ടത്തിന്റെ തിരനോട്ടവും ടോണിയുടെയും ദീപയുടെയും ലക്ഷണമൊത്ത കുതിര സവാരിയും എല്ലാം കൂടി പണ്ടെങ്ങോ കണ്ട 'മെക്കന്നസ് ഗോൾഡ്' എന്ന 'ഗ്രിഗറി പെക്കിന്റെ' സിനിമയുടെ ഓർമ്മകൾ മനസ്സിലെത്തിച്ചു. മലനിരകളിൽ സ്വർണ്ണം തേടിപ്പോകുന്നവരുടെ സാഹസികതകളായിരുന്നു ആ സിനിമയുടെ ഇതിവൃത്തം.

എന്നത്തേയുംപോലെ കപ്പിത്താൻ ഷെബിയും കൂട്ടരും നേരത്തേ കയറിത്തുടങ്ങിയിരുന്നു. നിസ്സാര കയറ്റമായിരുന്നില്ല അത്. കോവർ കഴുതകൾക്കുപോലും കാലിടറുന്നുണ്ടായിരുന്നു. പലപ്പോഴും പാവം ആ മൃഗങ്ങൾ മുട്ടുകുത്തുന്നുണ്ടായിരുന്നു. തീർത്ഥാടന കേന്ദ്രത്തിലേക്കുള്ള യാത്രയായതുകൊണ്ട് അത്യാവശ്യം തിരക്കേറിയ വഴിയിലൂടെ ആയിരുന്നു യാത്ര.

മിക്കവാറും എല്ലാ സിഖുകാരും കാൽനടയായിത്തന്നെ ആയിരുന്നു മല കയറിയിരുന്നത്. ഒരുപാട് പ്രായമായവരേയും കുട്ടികളെയും അക്കൂട്ടത്തിൽ കണ്ടു. മതപരമായ ചിട്ടയുടെ ഭാഗമായതുകൊണ്ടായിരിക്കാം കയറ്റത്തിനെ ക്ഷീണം അവഗണിച്ചു അവർ മുന്നേറിക്കൊണ്ടിരുന്നു. 'കല്ലും മുള്ളും കാല്ക്കു മെത്ത' എന്നല്ലേ ശബരിമല കയറുന്ന അയ്യപ്പ ഭക്തന്മാരുടെ ശരണം വിളി. ഇവിടത്തെ മന്ത്രം "വാഹെ ഗുരു" എന്ന വ്യത്യാസം മാത്രം. മാനുഷരെല്ലാരും ഒന്നുപോലെ.

ഒരു മണിക്കൂർ കയറ്റം തുടർന്ന ഞങ്ങൾ ഒമ്പതു മണിയോടെ വഴിയരികിലെ ഒരു ചായക്കടയ്ക്കു മുന്നിലിറങ്ങി. ഷെബിയും നിക്കിയും അവിടെ ഉണ്ടായിരുന്നു. അപ്പോഴേക്കും ഉയരത്തിലെത്തിയിരുന്നതുകൊണ്ട് തണുപ്പനുഭവപ്പെട്ടു തുടങ്ങിയിരുന്നു. നല്ല ചുടുചായയും കുടിച്ച് അവിടെ നിന്നു വീണ്ടും പ്രയാണം തുടർന്നു.

കാലാവസ്ഥയിലെ മാറ്റം പ്രകടമായിത്തുടങ്ങിയിരുന്നു അപ്പോൾ. അങ്ങിങ്ങായി മഞ്ഞുപാളികൾ പ്രത്യക്ഷപ്പെട്ടു തുടങ്ങി. കുതിരപ്പുറത്തായതുകൊണ്ടായിരിക്കാം ഓക്സിജന്റെ ദൗർലഭ്യം അനുഭവപ്പെട്ടില്ല.

പത്തുമണിയോടെ പർവ്വതശിഖരത്തിലെ ഒരു കൊച്ചു കിളിക്കൂടുപോലെ തോന്നിപ്പിക്കുന്ന, 15,500 അടി ഉയരത്തിൽ സ്ഥിതി ചെയ്യുന്ന, ഗുരുദ്വാരയിൽ ഞങ്ങൾ എത്തിച്ചേർന്നു. ഗുരുദ്വാരയോട് ചേർന്നുതന്നെ ഒരു ലക്ഷ്മണക്ഷേത്രവും ഉണ്ട്. രാവണ സഹോദരൻ മേഘനാഥനെ വധിച്ചു സ്വന്തം ശക്തി മുഴുവൻ ചോർന്നു പോയ ലക്ഷ്മണൻ തപസ്സിരുന്ന് എല്ലാം തിരിച്ചു പിടിച്ച സ്ഥലമാണെന്നാണ് ഐതിഹ്യം. ഗുരു ഗോബിന്ദ് സിങ് ധ്യാനനിമഗ്നനായി ഇവിടെ ഇരുന്നിട്ടുണ്ട് എന്നതാണ് മറ്റൊരു കഥ.

സാരസ്വതീനദി

ഗുരുദ്വാരയുടെയും ക്ഷേത്രത്തിന്റെയും തൊട്ടു പുറകിലായി ആ പ്രദേശത്തിന്റെ മുഴുവൻ മനോഹാരിതയും പ്രതിഫലിപ്പിക്കുന്ന ലോക്പാൽ തടാകം. ഹേംകുണ്ഡ് തടാകം എന്നും വിളിക്കപ്പെടുന്ന ഈ മഞ്ഞു ജലസ്രോതസ്സാണ് എന്റെ അഭിപ്രായത്തിൽ ഈ യാത്രയിൽ ഞങ്ങൾ കണ്ട ഏറ്റവും ഭംഗിയുള്ള സ്ഥലങ്ങളിൽ ഒരെണ്ണം. ചുറ്റും മഞ്ഞുതൊപ്പിയണിഞ്ഞ ഏഴു പർവ്വതശിഖരങ്ങൾ. അവയുടെ പ്രതിഫലനം കൃത്യമായി ഒപ്പിയെടുത്ത, മഞ്ഞുരുകിയെത്തുന്ന തെളിഞ്ഞ നിർമ്മലമായ ജലം. ഈ തടാകത്തിൽ നിന്നാണ് ലക്ഷ്മണഗംഗാ നദി ഉത്ഭവിക്കുന്നത്.

ആചാരങ്ങളുടെ ഭാഗമായിട്ടാണെന്നു തോന്നുന്നു അവിടെ വരുന്ന സർദാർജിമാർ തടാകത്തിലെ അത്യധികം തണുത്ത ജലത്തിൽ കുളിക്കാനുള്ള ശ്രമം നടത്തുന്നുണ്ടായിരുന്നു. അമ്മമാർ, കുട്ടി സർദാർജിമാരെ, അവരുടെ എതിർപ്പിനെ വകവെക്കാതെ, വെള്ളത്തിൽ മുക്കിയെടുക്കാൻ കിണഞ്ഞു ശ്രമിക്കുന്നതും കണ്ടു. എന്തായാലും അവിടെത്തെ മഞ്ഞുരുകിയ വെള്ളത്തിൽ മുങ്ങി നിവരുക എത്ര ആരോഗ്യദൃഢഗാത്രരായ ആളുകൾക്കും പറ്റുന്ന കാര്യമായിരുന്നില്ല. ഞാൻ കൈക്കുമ്പിളിൽ കുറച്ചു മഞ്ഞുവെള്ളം കോരിയെടുത്തു മുഖം കഴുകി ആത്മനിർവൃതി നേടി. തണുപ്പ് സഹിക്കാനാകാതെ പല്ലുകൾ കൂട്ടിയിടിക്കാനും തുടങ്ങി. അപ്പോഴുണ്ട്, ഒരാൾ ഒട്ടും കൂസാതെ നേരെ തടാകത്തിൽ ഇറങ്ങി മുങ്ങി നിവർന്ന് ഒന്നും സംഭവിക്കാത്ത മട്ടിൽ കയറി വരുന്നു. സർദാർജിമാർ പോലും അതിശയത്തോടെ നോക്കി നിന്ന ആ മുങ്ങൽകുളി പാസ്സാക്കിയത് മറ്റാരുമല്ല; നമ്മുടെ ക്യാപ്റ്റൻ ഷെബി! കൈയടികളുടെ അകമ്പടിയോടെ, “വാഹേ ഗുരു”, വിളികളോടെയാണ് സർദാർജിമാർ അദ്ദേഹത്തെ എതിരേറ്റത്. കുളി എത്ര വിലപ്പെട്ടതാണെന്ന് എല്ലാവരെയും ഒന്ന് ഉദ്ബോധിപ്പിക്കാൻകൂടിയാണ് ഇതെഴുതുന്നത്.

ഗുരുദ്വാരയുടെയും ലക്ഷ്മണ ക്ഷേത്രത്തിന്റെയും അകത്തളങ്ങൾ സന്ദർശിച്ചു ഞങ്ങൾ തടാകത്തിന്റെ ദൃശ്യഭംഗിയുടെ പശ്ചാത്തലത്തിൽ കുറെ ചിത്രങ്ങൾ എടുത്തു. ടോണിയും ദീപയും പ്രസന്നയുമായിരുന്നു എന്റെ മോഡലുകൾ.

അപ്പോഴേക്കും സമയം ഉച്ചയ്ക്ക് 12 മണി കഴിഞ്ഞിരുന്നു. ഗുരുദ്വാരയുടെ പുറകിൽ വിതരണം ചെയ്തിരുന്ന നല്ല ചൂടുള്ള കിച്ചടി കഴിച്ചപ്പോൾ അതുവരെ പേറി നടന്നിരുന്ന ക്ഷീണം പമ്പ കടന്നു. സിഖ് ഗുരുദ്വാരയിലെ ആ ഊഷ്മളമായ ഭക്ഷണ വിതരണം കണ്ടപ്പോൾ, അതെന്റെ മനസ്സിനെ തൊണ്ണൂറുകളിൽ ബോംബെ വിമാനത്താവള പരിസരത്തുവെച്ച് കണ്ട വികാരനിർഭരമായ നിമിഷങ്ങളിലേക്കു കൂട്ടികൊണ്ടുപോയി: കുവൈറ്റ് യുദ്ധം നടക്കുന്ന സമയത്ത്,

വെള്ളമോ ഭക്ഷണമോ ഇല്ലാതെ, മരുഭൂമികൾ താണ്ടി, ഉട തുണിക്കു മറുതുണിയില്ലാതെ ബോംബെ വിമാനത്താവളത്തിൽ വന്നിറങ്ങിയിരുന്ന ആയിരക്കണക്കിന് പ്രവാസികൾക്ക് രുചിയേറിയ ഭക്ഷണം സ്നേഹപൂർവ്വം നൽകി സ്വീകരിക്കുന്ന സർദാർജി ടാക്സി ഡ്രൈവർമാർ. ആ ഭക്ഷണം ആർത്തിയോടെ, കണ്ണീരിനൊപ്പം കഴിക്കാൻ പാടുപെടുന്ന പ്രവാസികൾ. സഹജീവികളെ ആപൽഘട്ടങ്ങളിൽ ചേർത്ത് നിർത്താനുള്ള സിഖ് സമൂഹത്തിന്റെ മഹാമനസ്കത അന്നേ എന്റെ മനസ്സിൽ ആദരപൂർവ്വം പ്രതിഷ്ഠിക്കപ്പെട്ടതാണ്. ഹേംകുണ്ഡ് സാഹിബ്ബിൽ വെച്ചു നമുക്കേറ്റവും ആവശ്യമുള്ള നേരത്തു ലഭിക്കുന്ന ഭക്ഷണത്തിന്റെ സ്വാദും സ്നേഹവും കരുതലും അനുഭവിച്ചറിയുകകൂടി ചെയ്തു. വാഹേ ഗുരു...

തിരിച്ചുള്ള ഇറക്കം വളരെ പെട്ടെന്ന് കഴിഞ്ഞപോലെ തോന്നി. ഉച്ചതിരിഞ്ഞു രണ്ടരമണിയോടെ ഞങ്ങൾ ഗംഗാറിയയിൽ തിരിച്ചെത്തി. ക്ഷീണം തീർക്കാൻ ഒരുപാടു സമയം കിട്ടി. വൈകീട്ട് അത്താഴത്തിനുശേഷം മധുവിന്റെ മുറിയിൽ ഒത്തുകൂടി ഗഹനമായ പല വിഷയങ്ങളും ചർച്ച ചെയ്തു. കൂട്ടത്തിൽ തൃശ്ശൂർ എൻജിനീയറിങ് കോളേജിൽ 1988 കാലഘട്ടത്തിൽ അരങ്ങേറിയ ഒരു പ്രണയ കഥയുടെയും ചുരുളഴിഞ്ഞു. കഥകളെല്ലാം ശബ്ദലേഖനം ചെയ്തുകൊണ്ട് ഒരാൾ ഉറക്കം നടിച്ചു മുറിയുടെ ഒരു കോണിൽ കിടക്കുന്നുണ്ടായിരുന്നു; നിക്കി.

ചർച്ചയ്ക്കിടയിലും മനസ്സ് മേഞ്ഞുനടന്നത് പർവ്വതശിഖരങ്ങളിലും തടാകത്തിലും ആയിരുന്നു. മനസ്സ് പറിച്ചെടുക്കാതെ വയ്യ. നാളെ മലയിറങ്ങുകയല്ലേ.

കാണ്ഡം ഏഴ്: മലയിറക്കം; ഗംഗാ ആരതി

ഏഴാം ദിവസം മലയിറക്കം തുടങ്ങുകയായി. ഗംഗാറിയയിൽ നിന്ന് ഗോവിന്ദ് ഘട്ടിലേക്കുള്ള 15 കിലോമീറ്ററിൽ പത്ത് കിലോമീറ്റർ കോവർ കഴുതയുടെ പുറത്തുതന്നെ ആവാം എന്ന് ഏകസ്വരത്തിൽ വോട്ടിനിടാതെ തന്നെ തീരുമാനമെടുത്തിരുന്നു. എല്ലാവരും നല്ല പോലെ ക്ഷീണിതരായിരുന്നു. ഇതിൽനിന്നുള്ള പാഠം എന്താണെന്നറിയണ്ടേ?; ഏതു കയറ്റവും കയറിത്തുടങ്ങുന്നതിനു മുൻപ് തന്നെ അവിടന്നു താഴോട്ടിറങ്ങാനുള്ള ഊർജ്ജവും ആരോഗ്യവും ഉറപ്പുവരുത്തിയിരിക്കണം. ഞങ്ങൾ കുറച്ചു പേർക്ക് കോവർ കഴുതയില്ലാതെ ജീവിക്കാൻ കഴിയില്ല എന്ന സ്ഥിതി ആയിട്ടുണ്ടായിരുന്നു. തൃശ്ശൂര് കോവർ കഴുതയ്ക്കെന്തു വിലയുണ്ടെന്ന് ആരോ ഗൂഗിൾ ചെയ്തു നോക്കുന്നതു കണ്ടു.

പത്തു കിലോമീറ്റർ കഴുതപ്പുറവും അഞ്ചു കിലോമീറ്റർ ജീപ്പ് യാത്രയും കഴിഞ്ഞു രണ്ടര മണിക്കൂറിനകം തന്നെ ഞങ്ങൾ ഗോവിന്ദ് ഘട്ടിൽ എത്തി. ഞങ്ങളുടെ വാഹനവും സാരഥിയും അവിടെ കാത്തുനിന്നിരുന്നു.

പിന്നീടങ്ങോട്ടൊരു നീണ്ട യാത്രയായിരുന്നു ഋഷികേശിലേക്ക്. മലമുകളിൽനിന്ന് സമതലങ്ങളിലേക്കുള്ള യാത്ര. 15000 അടി ഉയരത്തിൽനിന്ന് 1100 അടിയിലേക്കുള്ള ഗംഗാനദിയുടെ ഒഴുക്കിനൊപ്പമുള്ള യാത്ര. ഈ യാത്രയിൽ എല്ലാവരും ധ്യാനനിരതരായി കാണപ്പെട്ടു; ഹിമാലയത്തിലെ മുനിവര്യന്മാരുടെ അനുഗ്രഹം സിദ്ധിച്ച ഉത്തമ ശിഷ്യഗണങ്ങളെപ്പോലെ. കൂർക്കംവലികൾ അസഹനീയമായപ്പോൾ ആരോ അന്താക്ഷരി തുടങ്ങിയതും അതൊരു ഉണർത്തുപാട്ടായി മാറിയതും രസകരമായിരുന്നു. ഉച്ചയ്ക്ക് രണ്ടരയോടെ പൂപ്പൽകോട്ടിയിൽ ഞങ്ങൾ മുൻപ് താമസിച്ച തപോവനത്തിൽ നിന്നു ഭക്ഷണം സംഘടിപ്പിച്ചു കഴിച്ചു. അവിടത്തെ പൂക്കൾ നിറഞ്ഞ ആരാമത്തിൽ കുറച്ചു സമയം വിശ്രമിക്കുകയും ചെയ്തു.

രാത്രി ഒമ്പതു മണിയോടെ ഋഷികേശിൽ എത്തുമെന്നായിരുന്നു പ്രതീക്ഷയെങ്കിലും വഴിയിലെ ഗതാഗത തടസ്സം മൂലം നട്ടപ്പാതിരയ്ക്കാണ് ഹോട്ടലിൽ ചെന്നു കയറിയത്. രാത്രി ഭക്ഷണം കഴിച്ചതും ഉറങ്ങിയതും ഒന്നും ഓർമ്മയില്ല.

എട്ടാം ദിവസം രാവിലെ ഹോട്ടലിലെ പ്രഭാത ഭക്ഷണത്തിനു ശേഷം ഋഷികേശ് എന്ന ഗംഗാ നദീതീരത്തെ കൊച്ചുക്ഷേത്രനഗരി കാണാൻ പുറപ്പെട്ടു. ഹൃഷിക എന്നാൽ ഇന്ദ്രിയങ്ങൾ എന്നാണർത്ഥം. ഹൃഷികേശൻ എന്നാൽ ഇന്ദ്രിയങ്ങളുടെ തമ്പുരാൻ എന്നർത്ഥം വരും. ഇന്ദ്രിയങ്ങളുടെ തമ്പുരാൻ ആറാം തമ്പുരാൻ അല്ല വിഷ്ണുവാണ്. അപ്പോൾ വിഷ്ണു നാമത്തിലുള്ള നഗരിയാണിത്.

ഗംഗാനദിക്കരികെ വണ്ടി നിർത്തേണ്ട താമസം ഒരു കൂട്ടം വഴികാട്ടികൾ വന്നു വളഞ്ഞു. എല്ലാവർക്കും ഞങ്ങളെ ഋഷികേശ് കാണിക്കാൻ കൊണ്ടുപോകണം. അവരുടെ കൂട്ടത്തിൽ നിന്ന് അത്യാവശ്യം നന്നായി ആംഗലേയം കൈകാര്യം ചെയ്യുന്ന ഒരുത്തനെ കൂടെ കൂട്ടി. ഒരാൾ പത്തു രൂപ വെച്ച് 140 രൂപ ഞങ്ങൾ കൊടുക്കണം. അതാണ് കരാർ. അവൻ കഥ പറഞ്ഞുതുടങ്ങി. ഏതോ ഒരു ഋഷി അവിടെ വന്നിരുന്നു തപസ്സ് ചെയ്തത്രെ. ഘോര തപസ്സിനൊടുവിൽ മോക്ഷം കിട്ടി അദ്ദേഹം പോയപ്പോൾ അദ്ദേഹത്തിന്റെ മുടി മാത്രം അവിടെ അവശേഷിച്ചു. ആകയാൽ ഋഷിയുടെ കേശം അവശേഷിച്ച സ്ഥലം ഋഷികേശ് ആയി. എന്തായാലും നല്ലൊരു കഥാകാരനെ കൂട്ടുകിട്ടിയ സന്തോഷത്തിൽ ഞങ്ങൾ അയാളുടെ കൂടെ

ഗംഗാ ആരതി

ഗംഗാനദിക്കു കുറുകെ ബോട്ടുയാത്ര നടത്തി അക്കരെയെത്തി. അവിടെയൊരു തൂക്കുപാലം ഉണ്ടായിരുന്നു. രാവണനെ കൊന്ന പാപം ഗംഗയിൽ കഴുകിക്കളയാൻ അവിടെ എത്തിയ ശ്രീരാമന്റെ കൂടെ ലക്ഷ്മണനും ഉണ്ടായിരുന്നു. അദ്ദേഹം അന്നു ചണക്കയറു കെട്ടി അതിൽ തൂങ്ങി ഗംഗാനദി മുറിച്ചുകടന്നതിന്റെ ഓർമ്മ നില നിർത്തുന്ന 'ലക്ഷ്മൺ ഝൂല' എന്ന പാലമായിരുന്നു ഞങ്ങൾ കണ്ടത്.

അക്കരെ എത്തിയ ഉടനെ ഞങ്ങളുടെ കൂട്ടത്തിൽ ആരൊ ക്കെയോ തിരി കത്തിച്ചു കുറച്ചു പൂക്കൾ വെച്ച് അലങ്കരിച്ചു മന്ത്രോച്ചാരണങ്ങളുടെ അകമ്പടിയോടെ ഗംഗയിൽ ഒഴുക്കി വിടുന്നു ണ്ടായിരുന്നു. മഴക്കാലത്ത് പണ്ട് കടലാസുതോണിയുണ്ടാക്കി നീർ ച്ചാലുകളിൽ ഒഴുക്കി വിട്ടു തുള്ളിച്ചാടിയിരുന്ന കുഞ്ഞുമനസ്സ് തിരികെ വന്ന പ്രതീതിയാണ് അപ്പോഴുണ്ടായത്. അവിടെ ചെറുതും വലുതു മായ ക്ഷേത്രസമുച്ചയങ്ങളായിരുന്നു നിറയെ. രണ്ടു മൂന്നെണ്ണത്തിൽ കൊണ്ടു പോയി ഞങ്ങളുടെ വഴി കാട്ടി അവന്റെ മനസ്സിലുദിച്ച കഥകൾ പറഞ്ഞുതന്നു. പിന്നീട് അവിടെ ഉണ്ടായിരുന്ന രുദ്രാക്ഷ മരത്തിന്റെ ചുവട്ടിൽ കൊണ്ടു നിർത്തി രുദ്രാക്ഷത്തെക്കുറിച്ച് ഒരു ഹ്രസ്വപ്രഭാഷണം നടത്തി. അയാളുടെ പ്രഭാഷണത്തിലെ കമ്പോള താൽപര്യം, കഴിഞ്ഞ 30 വർഷമായി, വിപണന രംഗത്ത് ജോലി യെടുക്കുന്ന എനിക്ക് പെട്ടെന്ന് മനസ്സിലായി.

പ്രതീക്ഷിച്ചപോലെത്തന്നെ ഞങ്ങളെയും കൂട്ടി ആ വിദ്വാൻ സാമാന്യം വലിയൊരു കടയിലേക്ക് കൊണ്ടുപോയി. രുദ്രാക്ഷം തുടങ്ങിയ ദിവ്യസാധനങ്ങളുടെ ഒരു ശേഖരം തന്നെ അവിടെയുണ്ടാ യിരുന്നു. അവയുടെ ഗുണഗണങ്ങൾ വിശ്വാസത്തിന്റെ മേമ്പൊടി ചേർത്ത് പറഞ്ഞു ഫലിപ്പിക്കാൻ കഴിവുള്ള മിടുക്കനായൊരു കട യുടമയും. തകൃതിയായി കച്ചവടം നടന്നു. കൂട്ടത്തിലെ എല്ലാവരും രുദ്രാക്ഷധാരികളായിമാറി. ഞങ്ങളെ വേറെ ഒരാളെ ഏൽപ്പിച്ചു ഞങ്ങളുടെ വഴികാട്ടി മുങ്ങി. അയാളുടെ അന്നത്തെ അന്നത്തി നുള്ളതും അതിനപ്പുറവും ഞങ്ങളുടെ അന്നത്തെ വാങ്ങലുകളി ലൂടെ അയാൾ സമ്പാദിച്ചു കഴിഞ്ഞിരുന്നു. തിരിച്ചു വീണ്ടും ബോട്ടിൽ ഗംഗാനദി കടക്കുമ്പോൾ ഒരു കുഞ്ഞി കന്നാസ് കരുതി വെച്ചിരുന്നു. കുറച്ചു ഗംഗാജലം അതിൽ നിറച്ചു കൊണ്ടു പൊന്നു.

ഋഷികേശിൽനിന്ന് ഹരിദ്വാറിലേക്കു തിരിക്കുമ്പോൾ മുൻ വായനകളിലൂടെ മനസ്സിൽ പതിഞ്ഞിരുന്ന ഋഷികേശ് അല്ലല്ലോ കണ്ടത് എന്നു മനസ്സ് പരിഭവം പറയുന്നുണ്ടായിരുന്നു. ലോകത്തിലെ യോഗയുടെ തലസ്ഥാനമായ ശാന്തഗംഭീരമായ സ്ഥലം. പണ്ട് ബീറ്റിൽസ് എന്ന ലോകോത്തര സംഗീത സംഘം ഇവിടെ വന്ന്

ഏതോ ആശ്രമത്തിൽ താമസിച്ചു ഒരുപാട് നല്ല പാട്ടുകൾ രചിച്ച കഥയൊക്കെ മനസ്സിൽ നിറഞ്ഞിരിക്കുന്നുണ്ടായിരുന്നു. 15000 അടി ഉയരത്തിലെ തണുത്ത പ്രഭാതത്തിൽ നിന്നു പെട്ടെന്ന് 34 ഡിഗ്രി ചൂടിലേക്കുള്ള കൂടുമാറ്റം മനസ്സിനെയും ശരീരത്തെയും പ്രക്ഷുബ്ധമാക്കിയതുകൊണ്ടാകാം; നമ്മുടെ സ്വന്തം തൃപ്രയാർ തേവരുടെ സന്നിധിയിലെ പുഴയോരത്തിരിക്കുന്ന സുഖവും ശാന്തതയുമൊന്നും എനിക്കവിടെ അനുഭവപ്പെട്ടില്ല.

ഹരിദ്വാറിലെ ഗംഗാ ആരതി കാണലാണ് അടുത്ത ലക്ഷ്യം. അഞ്ചര മണിയോടെ ആരതി നടക്കുന്ന ഗംഗാഘട്ടിൽ എത്തിച്ചേർന്നു. ചുരുങ്ങിയത് പതിനായിരം ആളുകളെങ്കിലും അവിടെ കൂടിയിരുന്നു. തിരക്കിനിടയിലൂടെ ഒരു പെൺകുട്ടി സൗമ്യമായി പുഞ്ചിരിച്ചുകൊണ്ട് അടുത്തേക്ക് വന്നു. കൈയിലിരുന്ന താലത്തിൽ കരുതിയിരുന്ന വിവിധ വർണ്ണങ്ങളിലുള്ള കളഭവും കുങ്കുമവും ഒക്കെ ഉപയോഗിച്ച് ഞങ്ങളുടെ നെറ്റികളിൽ മനോഹരങ്ങളായ തിലകക്കുറികൾ ചാർത്തി തന്നു. അവൾ അതിനുള്ള ദക്ഷിണയും ചോദിച്ചു വാങ്ങി ആൾക്കൂട്ടത്തിൽ മറഞ്ഞു. ടോണിയുടെ നെറ്റിയിൽ ചാർത്തിയ തിലകക്കുറി അദ്ദേഹത്തെ ഹിന്ദുവായി മതം മാറ്റിയതിനുള്ള തെളിവായി ആരോ ചൂണ്ടിക്കാട്ടി. പിന്നീടുള്ള സമയമത്രയും ടോണി എന്തൊക്കെയോ ചിന്തിച്ചുകൂട്ടുന്നതായി തോന്നി. തിരിച്ചു ക്രിസ്തുമതത്തിലേക്ക് പോകാനുള്ള നൂലാമാലകളാലോചിച്ചു വിഷമിക്കുന്നുണ്ടായിരുന്നിരിക്കാം, പാവം.

ഗംഗാതീരത്തെ പടവുകളിൽ ആരതിക്കുള്ള ഒരുക്കങ്ങൾ ആരംഭിച്ചു. പൂജാരികൾ തിളങ്ങുന്ന നല്ല കാവിവസ്ത്രങ്ങളും അണിഞ്ഞു ആരതീ ദീപങ്ങളുമേന്തി നിരനിരയായി നിലയുറപ്പിച്ചു. നല്ല കനമുള്ള വിളക്കുകൾ ആയിരുന്നു അവരുടെ കൈകളിൽ. അന്തരീക്ഷം പ്രാർത്ഥനാമുഖരിതമായി. ദീപാരാധനയുടെ പ്രത്യേക താളത്തിലുള്ള സംഗീതം മുഴങ്ങിത്തുടങ്ങി. ജനസഹസ്രം ഭക്തിസാന്ദ്രമായ അന്തരീക്ഷത്തിൽ അതിന്റെ അലകളിൽ അലിഞ്ഞുചേർന്നു. പൂജാരിമാരുടെ കനമുള്ള വിളക്കുകളേന്തി മെയ് വഴക്കത്തോടെയുള്ള പ്രകടനം, നമ്മുടെ തൃശ്ശൂർ പൂരത്തിന് ആനപ്പുറത്തു കയറി നിന്ന് ആലവട്ടവും വെഞ്ചാമരവും വീശുന്ന വിദ്വാന്മാരുടേതിനോട് സാമ്യം തോന്നി. ദീപപ്രപഞ്ചത്തിൽ കുളിച്ചു, ദേവ താളത്തിൽ ദീപാരാധന നടത്തുന്നത് മറക്കാനാവാത്ത കാഴ്ച തന്നെയാണ്.

“ഒരു നിമിഷം ഒന്ന് നില്ക്കൂ, പതിനായിരങ്ങൾ ചേർന്നു നൽകുന്ന ഈ അർച്ചന സ്വീകരിക്കൂ. എത്ര ബഹുമാനത്തോടുകൂടിയും സൗന്ദര്യാത്മകമായിട്ടും ആണ് അവരതു ചെയ്യുന്നത്.” എനിക്ക് ഗംഗാനദിയോട് പറയാനുണ്ടായിരുന്നത് അത് മാത്രമായിരുന്നു.

പക്ഷേ, ആര് കേൾക്കാൻ. ഹിമാലയത്തിന്റെ ഊർജ്ജം സിരകളിലേറ്റിയ ഗംഗയുണ്ടോ ഒന്ന് നിന്ന് ആരതി സ്വീകരിക്കുന്നു? ഒന്നാലോചിച്ചാൽ ഈ ഗംഗതന്നെയല്ലേ നമ്മുടെ ജീവിതവും. അനുസ്യൂതം ഒഴുകി ഒഴുകി, ഖലീൽ ജിബ്രാൻ എഴുതിയപോലെ, അവസാനം 'സമുദ്രത്തിൽ ലയിക്കുകയല്ല സമുദ്രമായി മാറുകയാണ്' ഗംഗ ചെയ്യുന്നത്.

ആരതി അവസാനിച്ചു കൂട്ടം തെറ്റാതെ ഞങ്ങളുടെ വാഹനത്തിന്റെ അടുത്തെത്താൻ നന്നേ പാടുപെടേണ്ടി വന്നു. അത്ര തിരക്കായിരുന്നു.

ഹരിദ്വാർ തീവണ്ടിയാപ്പീസ്സീന്നു രാത്രി 11 മണിക്കായിരുന്നു ഡൽഹിയിലേക്കുള്ള തീവണ്ടി. എല്ലാവരും ക്ഷീണിതരായിരുന്നെങ്കിലും ജീവിതത്തിലെ ഒരു മഹായാത്ര വിജയകരമായി പൂർത്തിയാക്കിയതിന്റെ സന്തോഷം എല്ലാവരുടെയും മുഖത്ത് പ്രതിഫലിച്ചിരുന്നു.

ശാന്തനായി ഒരു മൂലയ്ക്കിരുന്നു സഹധർമ്മിണിക്കു ഫോൺ സന്ദേശങ്ങൾ അയച്ചുകൊണ്ടിരുന്ന കപ്പിത്താൻ ഷെബി ആയിരുന്നു ഈ യാത്രയുടെ ശില്പിയും സൂത്രധാരകനും പരിശീലകനും എല്ലാം. അദ്ദേഹത്തോടുള്ള സ്നേഹവും കടപ്പാടും സംഘാംഗങ്ങളുടെ പേരിൽ ഞാനിവിടെ രേഖപ്പെടുത്തട്ടെ.

അടുത്ത യാത്ര പുറപ്പെടുന്നതുവരെ എല്ലാവർക്കും നമസ്കാരം.

സ്നേഹം മാത്രം.

പെരുവനം:
ഇരട്ടയപ്പന്റെ നടവഴികളിലൂടെ

"ചെണ്ടപ്പുറത്തു കോല് വെച്ചോ, അവിടെ തൃശ്ശൂർക്കാരനുണ്ട്." തൃശ്ശൂർക്കാരന്റെ പൂരപ്രണയം ശക്തൻ തമ്പുരാൻ തുടങ്ങി വെച്ച തൃശ്ശൂർ പൂരത്തിൽ നിന്നും ഉടലെടുത്തതല്ല. അത് തൃശ്ശൂരിന്റെ ചരിത്ര ത്തിന്റെ ഏതോ കാലഘട്ടത്തിൽ പെരുവനം ഗ്രാമം കേന്ദ്ര ബിന്ദു വായി നിലനിന്നു പോന്ന വേറിട്ടൊരു സംസ്കൃതിയുടെ ഉൾത്തുടി പ്പുകളാണ്. ഭാരതപ്പുഴയ്ക്കും പെരിയാറിനും ഇടയിലുള്ള ഈ പൂര ങ്ങളുടെ നാട്ടിൽ ഗോത്രസമാനമായ പൂരാഘോഷങ്ങൾക്കു നേതൃത്വം നൽകിയിരുന്നത് ഇരട്ടയപ്പനും മാടത്തിലപ്പനും തൃപ്രയാറപ്പനും തേവരും ശാസ്താക്കളും ശക്തമായ സ്ത്രീസാന്നിദ്ധ്യമായി ഭഗ വതിമാരും ആയിരുന്നു എന്ന് വേണം കരുതാൻ.

ആറാട്ടുപുഴ ആയിരുന്നു തൃശ്ശൂരിലെ എല്ലാ പൂരങ്ങളുടെയും സമ്മേളന കേന്ദ്രം. പിന്നീടുണ്ടായ വിവിധ സംസ്കാരങ്ങളുടെ പടയോട്ടങ്ങളിൽ ആ പഴയ സാംസ്കാരിക കേന്ദ്രങ്ങൾ ബുദ്ധ വിഹാരങ്ങളായും ശ്രീരാമ, ശിവ, പാർവതീ ക്ഷേത്രങ്ങളായുമൊക്കെ

ആയി പലകുറി രൂപമാറ്റങ്ങൾ സംഭവിച്ചെങ്കിലും മഹത്തായൊരു ആദികാല ഗോത്രസംസ്കൃതിയുടെ ബഹിർസ്ഫുരണങ്ങൾ നമുക്കീ മദ്ധ്യ കേരള ഭൂപ്രദേശത്തു ദർശിക്കുവാൻ സാധിക്കും.

ആകാശം മുട്ടെ വളർന്നു പന്തലിച്ചു നിൽക്കുന്ന വൃക്ഷങ്ങളുടെയും പച്ചിലപ്പടർപ്പുകളുടെയും അതിനിടയിലൂടെ എത്തിനോക്കുന്ന, ഗതകാല പ്രൗഢി വിളിച്ചോതുന്ന, ഓടു മേഞ്ഞ തറവാടുകളുടെയും നടുവിലൂടെ വളഞ്ഞു തിരിഞ്ഞുപോകുന്ന പഴയ നാട്ടിടവഴി ഒന്ന് സങ്കൽപിച്ചു നോക്കൂ. മനസ്സു കൊതിക്കുന്നില്ലേ ഒരിക്കൽകൂടി ആ ഗ്രാമത്തിലൂടെ ഒന്നു ചുറ്റിത്തിരിയാൻ?

ഇത്തവണ നാട്ടിലെത്തിയപ്പോൾ കേരളവർമ്മ കോളേജിൽ ഒന്നിച്ചു പഠിച്ച കൂട്ടുകാരൻ ശങ്കരന്റെ ക്ഷണം സ്വീകരിച്ചാണ് പെരുവനത്തെത്തിയത്. തൃശ്ശൂർ-തൃപ്രയാർ റോഡിൽ ചേർപ്പ് പ്രദേശത്താണ് പെരുവനം ഗ്രാമം. രാജീവും ജോബിയും ഒപ്പം കൂടി. അനിത, ശങ്കരന്റെ വീട്ടിൽ വന്നു നല്ല ചൂടുള്ള പഴംപൊരിയും ചായയും കഴിച്ചു തിരിച്ചു പോയി.

പെരുവനം ക്ഷേത്രത്തിന്റെ തെക്കേ നടയിലുള്ള ഇടവഴിയിൽ ഭാർഗ്ഗവീനിലയംപോലെ തോന്നിയ ഒരു വലിയ പുരാതന കെട്ടിടത്തിന്റെ പടിപ്പുരയ്ക്ക് മുന്നിലാണ് ഞങ്ങൾ വണ്ടി നിർത്തിയത്. തിരുവതാംകൂർ ദേവസ്സ്വത്തിന്റെ പേരു രേഖപ്പെടുത്തിയ ഒരു ഫലകം അവിടെ തൂങ്ങിക്കിടക്കുന്നുണ്ടായിരുന്നു. അപ്പുറത്തെ പടിക്കൽ അനുഷ്ഠാന കലാവികസനത്തിന്റെ ഏതോ ചൂണ്ടുപലകയും ഉണ്ടായിരുന്നു. വനവികസനകേന്ദ്രമെന്നായിരുന്നെങ്കിൽ അന്വർത്ഥമാകുമായിരുന്ന അവസ്ഥയായിരുന്നു ആ കെട്ടിടത്തിന്റേത്. എന്നിരുന്നാലും ഗാംഭീര്യം ഒട്ടുംചോരാത്ത ഒരു 'പതിനാറു കെട്ട്' ആ മതികെട്ടിനുള്ളിൽ ഉണ്ടായിരുന്നു.

ഭ്രഷ്ട് സിനിമയ്ക്ക് പശ്ചാത്തലമേകിയ, പെരുവനത്തെ പടിഞ്ഞാറേടത്ത് മനയായിരുന്നു അത്. മാടമ്പ് കുഞ്ഞുകുട്ടന്റെ തൂലികയിലൂടെ പുനർജ്ജനിച്ച താത്രിക്കുട്ടിയുടെ ആത്മാവിനെ അഭ്രപാളിയിലേക്കാവാഹിക്കാൻ, എന്റെ വലിയമ്മാവൻ ടി.കെ. ബാബുരാജൻ നടത്തിയ ഒരു എളിയ ശ്രമമായിരുന്നു ഭ്രഷ്ട്. പടിഞ്ഞാറേടത്തു മന മാത്രമല്ല, താത്രിക്കുട്ടീടെ ആത്മാവിനെപ്പോലും ഏറ്റെടുത്താൽ, നശിപ്പിക്കാൻ പുരാവസ്തുവകുപ്പിനു കഴിയുമെന്നു മനയുടെ ശോചനീയാവസ്ഥ കണ്ടപ്പോൾ മനസ്സിലായി. പത്തുവയസ്സുകാരനായിരുന്നപ്പോൾ ഭ്രഷ്ട് സിനിമയുടെ നിർമ്മാണരംഗം കണ്ട കഥ വിവരിച്ചുകൊണ്ട് ശങ്കരൻ ഞങ്ങളേയും കൂട്ടി മുന്നോട്ടു നടന്നു.

പെരുവനം ക്ഷേത്രപരിസരം പുരാവസ്തു വകുപ്പ് ദത്തെടുത്തപ്പോൾ പരിസരവാസികളുടെ വീടുകളുടെ അറ്റകുറ്റപ്പണികൾ

പടിഞ്ഞാറേടത്തുമന

പോലും ചുവപ്പുനാടയിൽ കുടുങ്ങി. പുരാവസ്തു വകുപ്പിനോടുള്ള ദ്വേഷ്യവും സങ്കടവും തീർക്കാൻ, കുറച്ചു മാറി, ചേർപ്പിലെ പ്രകൃതി രമണീയമായ വയലേലകളോട് ചേർന്ന് ഒരു കൊച്ചു പറമ്പു വാങ്ങി സ്വന്തം കൈകൾകൊണ്ട് വീട് പണിത ആളാണ് ശങ്കരൻ. ഇത്തരം ആർജ്ജവമുള്ള സുഹൃത്തുക്കളാണ് ഭൂമിയിലെ നമ്മുടെ യഥാർത്ഥ സമ്പത്ത്.

നടന്നു നടന്നു ഞങ്ങൾ പെരുവനം നടവഴിയിലെത്തി. പെരുവനം ശിവക്ഷേത്രത്തിൽനിന്നും താഴേക്കിറങ്ങി തൊടുകുളം എന്ന വലിയ ചിറയിലേക്കുള്ള നടപ്പാതയാണ് ലോകപ്രശസ്തമായ 'പെരുവനം നടവഴി'. ഈ നടവഴിയിലാണ് പെരുവനം ഉത്സവത്തിന് ഒരു രാവ് മുഴുവൻ നീണ്ടുനിൽക്കുന്ന പാണ്ടി മേളത്തിന്റെയും പഞ്ചാരി മേളത്തിന്റെയും നാദപ്രപഞ്ചം അരങ്ങേറുന്നത്. ശബ്ദലേഖനത്തിന് ഓസ്കാർ പുരസ്കാരം കിട്ടിയ റസൂൽ പൂക്കുട്ടി ഒരിക്കൽ പറഞ്ഞത്, പെരുവനം നടവഴിപോലെ, ശബ്ദതരംഗങ്ങളുടെ ശ്രവണസുഖം ഒട്ടും നഷ്ടപ്പെടാത്ത പ്രകൃതിദത്തമായ ഒരിടം ലോകത്തു വേറെ ഇല്ല എന്നാണ്. പഞ്ചാരിമേളത്തിന്റെ പ്രഭവസ്ഥാനം പെരുവനം നടവഴിയാണ്.

ഇന്നത്തെ പഞ്ചാരിമേളത്തിന്റെ ഉപാസകനായ പെരുവനം കുട്ടൻമാരാരുടെ സദാ പുഞ്ചിരിക്കുന്ന മുഖം മനസ്സിലേറ്റി ഞങ്ങൾ

തൊടുകുളത്തിന്റെ കരയിലെത്തി. ക്ഷേത്ര ശ്രീകോവിലിനു സമാന മായ മണ്ഡപവും ഓടുമേഞ്ഞ വലിയൊരു കുളിക്കടവും ആ വിശാല മായ കുളത്തിലൊരു കുളി പാസ്സാക്കാനുള്ള പ്രലോഭനമായിരുന്നെ ങ്കിലും തോർത്തുമുണ്ട് കൈയിൽ ഇല്ലാതിരുന്നതുകൊണ്ടു മാത്രം ആ സാഹസം മറ്റൊരവസരത്തിലേക്കു മാറ്റിവെച്ചു. കുളത്തിന്റെ മറുവശത്ത് ഒരു ക്ഷേത്രമുണ്ട്; നടുക്കുളങ്ങര ബലരാമ ക്ഷേത്രം. ഏതാണ്ട് കുളത്തിനു നടുവിലായി സ്ഥിതിചെയ്യുന്നതുകൊണ്ടായി രിക്കാം അങ്ങനെ ഒരു പേര് കിട്ടിയത്.

നടവഴിയിലൂടെ തിരികെ നടന്നു നേരെ പെരുവനം ക്ഷേത്രാ ങ്കണത്തിലേക്കു പ്രവേശിച്ചു. ഏകദേശം ഏഴ് ഏക്കർ ചുറ്റളവിലുള്ള മനോഹരമായ ക്ഷേത്രസമുച്ചയം. ഓരോ മുക്കും മൂലയും വടക്കും നാഥനെ ഓർമ്മിപ്പിക്കുന്നു. കിഴക്കു പെരുവനം നടവഴി ആയതു കൊണ്ടാവാം അവിടെ ക്ഷേത്രഗോപുരം ഇല്ല. വടക്കുംനാഥൻ ക്ഷേത്രം പെരുവനത്തിന്റെ മാതൃകയിൽ ഉണ്ടാക്കിയതാണെന്നാണ് പറയപ്പെടുന്നത്. ചുറ്റമ്പലത്തിനുള്ളിൽ നല്ല ഉയരത്തിൽ തല ഉയർ ത്തിനിൽക്കുന്ന വലിയൊരു ശ്രീകോവിലുണ്ട്. ഇതിലെ ശിവ പ്രതിഷ്ഠ 'മാടത്തിലപ്പൻ' എന്ന അപരനാമത്തിൽ അറിയപ്പെടുന്നു. തെന്നിന്ത്യയിലെ ഏറ്റവും ഉയരത്തിൽ ഉള്ള പ്രതിഷ്ഠയാണത്. അതി നടുത്തായി സ്ഥിതിചെയ്യുന്ന വട്ടശ്രീകോവിലിനകത്താണ് 'ഇരട്ട യപ്പന്റെ' പ്രതിഷ്ഠ. രണ്ടു ശിവലിംഗങ്ങൾ ഒറ്റ ശിലയിൽ ഉള്ളതു കൊണ്ടാണത്രെ 'ഇരട്ടയപ്പൻ' എന്ന പേര് കിട്ടിയത്. ശ്രീകോവിലു കൾക്കു പടിഞ്ഞാറുവശത്തായി വടക്കുംനാഥനിലെപോലെത്തന്നെ ഒരു കൂത്തമ്പലവും ഇവിടെ ഉണ്ട്.

അസ്തമയസൂര്യന്റെ സുവർണ്ണ വെളിച്ചത്തിൽ എന്റെ ക്യാമറ പലവുര മിഴി ചിമ്മിയപ്പോൾ മനോഹരങ്ങളായ ഒരുപാട് ദൃശ്യങ്ങൾ പകർന്നു കിട്ടി.

തിരികെ ഞങ്ങളുടെ മൂവർസംഘം വണ്ടിക്കരികിലേക്കു നടന്നു നീങ്ങുമ്പോൾ ഇരട്ടയപ്പന്റെ ഇടവഴികൾക്ക് ഒരുപാട് കഥകൾ പറ യാനുള്ളപോലെ തോന്നി. അന്യം നിന്നുപോയ ഒരു മഹത് സംസ്കാരത്തിന്റെ മിന്നായങ്ങൾ ആണ് എനിക്കന്നവിടെ കാണാൻ കഴിഞ്ഞത്.

വടക്ക് ഭാരതപ്പുഴയ്ക്കും തെക്ക് പെരിയാറിനും ഇടയിൽ നില നിന്ന വലിയൊരു സാംസ്കാരിക സുവർണ്ണ കാലഘട്ടത്തിന്റെ ഉൾ വിളികൾ എനിക്കനുഭവപ്പെട്ടു. വടക്ക് അകമല ശാസ്താവും (വട ക്കാഞ്ചേരിക്കടുത്ത്), കിഴക്ക് കുതിരാനിലെ ശാസ്താവും പടിഞ്ഞാറ് എടത്തിരുത്തിയിലും തെക്ക് ഊഴത്തുകാവിലും (കൊടുങ്ങല്ലൂരി നടുത്ത്) ഉള്ള ശാസ്താക്കളും സംരക്ഷിച്ചിരുന്ന മദ്ധ്യകേരളത്തിലെ

പെരുവനം നടവഴി

ഈ ഭൂവിഭാഗത്തിന്റെ തലസ്ഥാനമായിരുന്നിരിക്കണം പെരുവനം. ഇരട്ടയപ്പനും മാടത്തിലപ്പനും തൃപ്രയാറപ്പനും തേവരും ഊരകത്തമ്മയും തിരുവുള്ളക്കാവ് ശാസ്താവും ആറാട്ടുപുഴ ശാസ്താവും ഭഗവതിമാരും വാണിരുന്ന മനോഹരമായ ഒരു സാംസ്കാരിക കേന്ദ്രമായിരുന്നു ഇത്. ആ പഴയ സംസ്കാരത്തിന്റെ അലയൊലികൾ പൂരങ്ങളായിട്ടും മേളങ്ങളായിട്ടും നമ്മൾ തൃശ്ശൂർക്കാർ ഇന്നും ആഘോഷിച്ചു പോരുന്നു.

ശക്തൻ തമ്പുരാൻ തൃശ്ശൂർ പട്ടണം ഉണ്ടാക്കി പൂരം അങ്ങോട്ട് മാറ്റുന്നവരെയും നമ്മുടെ തൃശ്ശൂരിന്റെ സാംസ്കാരിക സിരാകേന്ദ്രം ഇരട്ടയപ്പന്റെ പെരുവനം തന്നെ ആയിരുന്നു എന്ന് വേണം കരുതാൻ. ചരിത്രം എപ്പോഴും വിജയിക്കുന്നവന്റെ മാത്രം കഥയായി മാറിയാലും പഴയ ചരിത്രം മറഞ്ഞുപോയാലും ആദിമ സംസ്കാരത്തിന്റെ ബഹിർസ്ഫുരണങ്ങൾ എന്നും തേജസ്സോടെ നിലനിൽക്കും. പഞ്ചാരി മേളം തൃശ്ശൂർക്കാരന്റെ ഹൃദയത്തിൽ അലയടിച്ചുകൊണ്ടേയിരിക്കും. ഇരട്ടയപ്പന്റെ ഇടവഴികൾ സംസാരിച്ചുകൊണ്ടേയിരിക്കും ലോകാവസാനം വരെ.

തൃപ്രയാർ തേവർ

തൃപ്രയാർ ക്ഷേത്രത്തിന്റെ കല്പടവുകളിൽ ഇരുന്നു, ശാന്തമായൊഴുകുന്ന പുഴയിലെ കുഞ്ഞോളങ്ങളെ നോക്കി, പ്രകൃതിയുടെ സ്നേഹമസൃണമായ തലോടലേറ്റുവാങ്ങി, കാലത്തിന്റെ നിശ്ചലത അനുഭവിച്ചറിഞ്ഞവർക്കേ അതിന്റെ സുഖവും ആഴവും മനസ്സിലാവൂ. ആ സുഖം ഏറെ അനുഭവിച്ചിട്ടുള്ളതുകൊണ്ടാവാം ലോകത്തിലെ മറ്റേതു സ്ഥലത്തേക്കാളും എനിക്ക് പ്രിയപ്പെട്ടത് തൃപ്രയാറപ്പന്റെ ഈ പുഴയോരവും കല്പടവുകളും തന്നെയാണ്. എത്ര തിരക്കുള്ള സമയത്തും പുഴയുടെ ശാന്തത നമ്മുടെ മനസ്സിലേക്ക് സന്നിവേശിപ്പിക്കുന്ന പ്രകൃതിയുടെ വാത്സല്യം അനുഭവിച്ചറിയേണ്ടതുതന്നെയാണ്. രാവിലെ അവിടെ എത്തിയാൽ ഇടയ്ക്കയുടെ വിസ്മയ നാദത്തിന്റെ അകമ്പടിയോടെയുള്ള സോപാനസംഗീതവും മേമ്പൊടിയായി ഉണ്ടാകും.

ആറാട്ടുപുഴ പൂരത്തിന് ആധ്യക്ഷ്യം വഹിക്കാൻ പള്ളിയോടത്തിൽ പുറപ്പെടുന്ന തൃപ്രയാറപ്പൻ എന്ന തേവരും ഏകാദശിക്ക് ചവച്ചിറക്കുന്ന കരിമ്പിൻതണ്ടിന്റെ മാധുര്യവും എത്രയോ ചെറുപ്പത്തിലേ മനസ്സിലുറച്ച കാര്യങ്ങളാണ്. ആറാട്ടുപുഴ പൂരത്തിന് എഴുന്നള്ളുന്ന വഴിയിൽ പുതിയ കാലഘട്ടത്തിന്റേതായ വേലികളോ മതിലുകളോ ഒന്നും തേവർക്കു തടസ്സമല്ലത്രെ. അതെല്ലാം തട്ടിത്തകർത്തു കൃത്യസമയത്തുതന്നെ ആറാട്ടുപുഴ പാടത്തെ ഉത്സവവേദിയിൽ എത്തിച്ചേരുന്ന തേവരുടെ കഥകൾ എത്ര കേട്ടിരിക്കുന്നു.

പൂരത്തിനു പോകുന്ന പോക്കിൽ പെരിങ്ങോട്ടുകര നിന്നു മകനോ/ആശ്രിതനോ ആയ അവണേങ്കാട്ട് ചാത്തനേയും കൂടെ കൂട്ടുന്ന പതിവുണ്ടത്രേ. പെരിങ്ങോട്ടുകര ചാത്തനുമായുള്ള തേവരുടെ ബന്ധം ഊട്ടിയുറപ്പിക്കുന്ന മറ്റൊരു കാര്യം കൂടിയുണ്ട്. തൃപ്രയാർ ക്ഷേത്രത്തിന്റെ ശ്രീകോവിലിനു തൊട്ടു മുന്നിൽ ചുവന്ന നിറമുള്ള ഒരു ഭണ്ഡാരമുണ്ട്. അതിൽ നിറയുന്ന വഴിപാട് പണം പണ്ടു മുതലേ ചാത്തനുള്ളതാണ്.

തൃപ്രയാർ ക്ഷേത്രം

ക്ഷേത്രത്തിനു ചുറ്റുവട്ടത്തെ പ്രജകളുടെ മനസ്സിൽ തേവരെക്കുറിച്ചുള്ള ഇത്ര രൂഢമൂലമായ വിശ്വാസങ്ങൾ നിലനിൽക്കുമ്പോൾ തൃപ്രയാർ ശ്രീരാമസ്വാമിയുടെ ക്ഷേത്രമായി അറിയപ്പെടുന്നത് എന്തുകൊണ്ടാണെന്ന് എനിക്ക് ഇപ്പോഴും മനസ്സിലായിട്ടില്ല. തേവരും തൃപ്രയാറപ്പനും ഒന്നും നമ്മുടെ മനസ്സിലുള്ള ശ്രീരാമസ്വാമിയുടെ പ്രതിരൂപങ്ങളായി സങ്കല്പിക്കുവാനേ കഴിയുന്നില്ല. വിവിധ സംസ്കാരങ്ങളുടെ അധിനിവേശനങ്ങൾ ചരിത്രത്തിന്റെ താളുകളിൽനിന്ന് പലതും മായ്ച്ചുകളയാറുണ്ട്. പലതും എഴുതിച്ചേർക്കാറുമുണ്ട്. അങ്ങനെ എന്തെങ്കിലും ഒക്കെ ഇവിടെയും സംഭവിച്ചിരിക്കണം.

മായ്ച്ചാലും മായാതെ, അനേക തലമുറകളുടെ മനസ്സിൽ ഇന്നും കുടികൊള്ളുന്നുണ്ടെങ്കിൽ തേവർ എത്ര ശക്തമായൊരു സംസ്കാരത്തിന്റെ പ്രതിനിധിയായിരുന്നിരിക്കണം, അല്ലേ? പൂരങ്ങളുടെ സാംസ്കാരിക സിരാകേന്ദ്രമായിരുന്ന ആറാട്ടുപുഴയിലെ ആഘോഷങ്ങൾക്ക് മേൽനോട്ടം വഹിക്കാൻ നിയുക്തനായ തേവരുടെ ചരിത്രം രേഖപ്പെടുത്താൻ സാധിച്ചാൽ അതൊരു വലിയ അദ്ധ്യായംതന്നെ ആയിരിക്കും എന്നെനിക്കുറപ്പുണ്ട്.

വാൽക്കഷ്ണം: മീനൂട്ട് നടത്തി പുഴയുടെ ആഴങ്ങളിൽനിന്ന് ചടുലവേഗതയിൽ മുങ്ങാംകുഴിയിട്ട് പൊങ്ങിവരുന്ന മീനുകളെയും നോക്കിയിരുന്നപ്പോൾ ഒരു ദിവസം മനസ്സിൽ വന്ന സന്ദേഹങ്ങൾ ഇവിടെ കുറിച്ചു എന്നു മാത്രം.

സമർപ്പണം

അമ്മയാണ് എന്റെ ജീവിതത്തിലെ ആദ്യത്തെ അദ്ധ്യാപിക. അമ്മയെപ്പോലെ തന്നെ എന്റെ അദ്ധ്യാപകരിൽ അധികം പേരും എന്നെ വിദ്യാലയത്തിന്റെ നാലു ചുമരുകൾക്കുള്ളിൽ ഇരുത്തി പഠിപ്പിച്ചിട്ടില്ല. മിനി ടീച്ചർ ഗണിതശാസ്ത്രാദ്ധ്യാപികയായിരുന്നു. പക്ഷേ അമ്മയോട് കണക്കിലെ ഒരു സംശയംപോലും ചോദിക്കാൻ ഞാൻ മുതിർന്നിട്ടില്ല. വെറുതെ വീട്ടിലെ അന്തരീക്ഷം ഒരു 'കണക്കാക്കണ്ടല്ലോ' എന്ന ശുഭ ചിന്തയാണ് അതിന് കാരണം. അമ്മയുടെ സ്നേഹനിധിയായ മകനായി തുടരാനാണ് ഞാൻ എന്നും ഇഷ്ടപ്പെട്ടത്. എന്നിലെ നന്മകളെല്ലാം അമ്മ പകർന്നു തന്നിട്ടുള്ളതാണ്. അമ്മ എപ്പോഴും എന്റെ പക്ഷമാണ്. എല്ലാവർക്കും അമ്മ അവരുടെ പക്ഷമാണ് എന്ന് തോന്നുകയും ചെയ്യും. അത് അമ്മയുടെ വ്യക്തിത്വത്തിന്റെ അപൂർവ സവിശേഷതയാണ്.

അമ്മ എപ്പോഴെങ്കിലും ഇരിക്കുന്നതോ വിശ്രമിക്കുന്നതോ ഞാൻ കണ്ടിട്ടില്ല. അമ്മ നല്ലൊരു ഗൃഹനാഥയാണ്, സ്നേഹനിധിയായ അമ്മയാണ്, പിന്നെ ഒരു ഗണിതശാസ്ത്ര അധ്യാപികയും. അതിനുപരി ഗ്രാമപഞ്ചായത്ത് ഭരണസമിതിയിലും ജില്ലാ കൗൺസിലിലും ജനങ്ങളാൽ തിരഞ്ഞെടുക്കപ്പെട്ട ഉത്തരവാദിത്തപ്പെട്ട അംഗമായിരുന്നു. എല്ലാ ഗ്രാമീണരുടെയും ദുർഘടഘട്ടങ്ങളിൽ അമ്മ കൂടെയുണ്ടാകും. എപ്പോഴും എല്ലാ കാര്യങ്ങൾക്കും അമ്മ സമയം കണ്ടെത്തി. ടൈം മാനേജ്മെന്റ്, നയതന്ത്രം, ഏകോപന നൈപുണ്യങ്ങൾ, മറ്റുള്ളവരോടുള്ള കരുതൽ, എല്ലാറ്റിനെയും പുഞ്ചിരിയോടെ നേരിടുക ഇതൊക്കെ അമ്മയിൽനിന്ന് ഞാൻ പഠിച്ച ജീവിതപാഠങ്ങളാണ്. മിനി ടീച്ചർ, എന്റെ അമ്മ, ഇന്നും എന്നും എന്റെ അദ്ധ്യാപികയാണ്.

എന്റെ ജീവിതത്തിലെ മറ്റൊരു അധ്യാപികയായിരുന്നു എന്റെ അച്ഛമ്മ. അച്ഛൻ വീട്ടിലില്ലാത്ത സമയങ്ങളിൽ അച്ഛമ്മ സ്വന്തമായി ഔഷധങ്ങൾ തയ്യാറാക്കി പാവപ്പെട്ട രോഗികളെ

ചികിത്സിച്ചിരുന്നു. കുടുംബത്തിലെ കാർന്നോന്മാരും മകനും ആയുർവേദ വൈദ്യന്മാരായിരുന്നു എന്നതായിരുന്നു അച്ഛമ്മ യുടെ ചികിത്സായോഗ്യത. ആ കരുതലും സ്നേഹവും നിറഞ്ഞ കൈകളിലാണ് ഞാൻ വളർന്നത്. എനിക്ക് ഏക ദേശം പത്തു വയസ്സുള്ളപ്പോൾ, അച്ഛമ്മ ഞാൻ സ്കൂളിൽ നിന്ന് തിരികെ വരുന്നതും കാത്തിരിക്കുമായിരുന്നു. ഏറെ പ്രായമുണ്ടായിരുന്ന അച്ഛമ്മയ്ക്ക് പ്രയാസപ്പെട്ട് കുനിഞ്ഞേ നടക്കാൻ കഴിയുമായിരുന്നുള്ളൂ. സ്കൂൾസമയം കഴിഞ്ഞ്, പച്ചക്കറികളും ഔഷധച്ചെടികളും നടുന്നതിനും വിത്ത് തട ങ്ങൾ ഒരുക്കുന്നതിലും ഞാൻ അച്ഛമ്മയെ സഹായിച്ചിരുന്നു. അത്തരം സമയങ്ങളിൽ അച്ഛമ്മ സസ്യങ്ങളെക്കുറിച്ച് വാതോ രാതെ സംസാരിച്ചുകൊണ്ടിരിക്കുമായിരുന്നു. പ്രകൃതിയോട് ചേർന്നു നിൽക്കാനുള്ള ഇഷ്ടം എന്നിൽ വളർത്തിയത് ആ ചങ്ങാത്തമായിരുന്നു. എഞ്ചിനീയറിംഗ് വിദ്യാർത്ഥിയായിരി ക്കുമ്പോൾ വാഴയും പച്ചക്കറികളും മറ്റു പൂച്ചെടികളും ഞാൻ വെച്ചുപിടിപ്പിക്കുമായിരുന്നു.

'ഗ്രാമത്തിലെ ഓരോരുത്തരും പത്തു വാഴത്തൈകൾ വീതം നട്ടുപിടിപ്പിച്ചാൽ, പത്തു പൈസ ചെലവില്ലാതെ എല്ലാ വർഷവും നൂറുകണക്കിന് വാഴക്കുലകൾ ലഭിക്കും. അതിനെയാണ് സമൃദ്ധി എന്ന് പറയുന്നത്.' വീട്ടുവളപ്പിലെ തോട്ടങ്ങളുടെ പ്രാധാന്യത്തെക്കുറിച്ചുള്ള അച്ഛമ്മയുടെ തത്ത്വശാസ്ത്രം അതായിരുന്നു. ഈ കാലഘട്ടത്തിലും ഏറെ പ്രസക്തമായ തത്ത്വശാസ്ത്രം അല്ലേ അത്. അച്ഛമ്മ യിലെ അദ്ധ്യാപികയ്ക്കു മുന്നിൽ ഞാൻ പ്രണമിക്കുന്നു.

ഒന്നാംക്ലാസ്സിൽ കണ്ടശ്ശാങ്കടവിലെ വലിയ സ്കൂളിൽ ചേർത്തിയത് എനിക്കത്ര ഇഷ്ടപ്പെട്ടിരുന്നില്ല. കോൺവെന്റ് സ്കൂളിലെ അങ്കണവാടിയിലെ കളികളും പാട്ടുകളും നഷ്ട മായപ്പോൾ മനസ്സ് വേദനിച്ചു. സ്കൂളിൽ പോകേണ്ട സമയ മെടുക്കുമ്പോൾ, പുളിമരക്കൊമ്പിലും കട്ടിലിനടിയിലും തട്ടിൻപുറത്തുമൊക്കെ ഒളിച്ചിരിക്കാനുള്ള പ്രവണത ഉടലെ ടുത്തു. മിക്കവാറും ദിവസങ്ങളിൽ അച്ഛന്റെ ചൂരൽപ്രയോഗ ത്തിലൂടെയായി സ്കൂൾയാത്രയുടെ തുടക്കം. പുളിമര ക്കൊമ്പിലെ ഒളിച്ചുകളിക്ക് മാത്രം അച്ഛൻ ശിക്ഷിക്കാറുണ്ടാ യിരുന്നില്ല. അതിനൊരു കാരണമുണ്ട്. അച്ഛന്റെ കുട്ടി ക്കാലത്ത് അച്ഛൻ അതേ പുളിമരക്കൊമ്പിൽ ഒരു ദിവസം മുഴുവൻ മടിപിടിച്ച് ഒളിച്ചിരുന്നു അച്ഛച്ചന്റെ പക്കൽ നിന്ന് അടി വാങ്ങിയ കഥ അച്ഛമ്മ പറഞ്ഞു തന്നിട്ടുണ്ട്. അച്ഛന്റെ ശിക്ഷയിൽനിന്ന് രക്ഷപ്പെടാൻ ആ കഥ ഉറക്കെ വിളിച്ചു

പറയാൻ ഞാൻ എപ്പോഴും തയ്യാറായിരുന്നു. കഥകളുടെ ശക്തി എനിക്കന്നും അറിയാമായിരുന്നു

ആയിടയ്ക്കാണ് കണ്ടശ്ശാങ്കടവ് സ്കൂളിൽതന്നെ പഠിപ്പിച്ചിരുന്ന സുഭദ്ര ടീച്ചർ എന്നെ സ്കൂളിൽ എത്തിക്കാനുള്ള ദൗത്യം ഏറ്റെടുത്തത്. ടീച്ചർ സ്കൂളിൽ പോകുന്ന വഴിക്കു വീട്ടിൽ വന്ന് എന്റെ കൈ പിടിച്ചു കൊണ്ടുപോകുമായിരുന്നു. ആദ്യമാദ്യം അല്പം നീരസമൊക്കെ പ്രകടിപ്പിച്ചിരുന്നെങ്കിലും ടീച്ചറുടെയും മകൾ രാധച്ചേച്ചിയുടെയും കൂടെയുള്ള സ്കൂളിലേക്കുള്ള യാത്രകൾ ഞാനിഷ്ടപ്പെടാൻ തുടങ്ങി. ടീച്ചറുടെ സ്നേഹവും കരുതലും അത്രമേലുണ്ടായിരുന്നു. നന്നായി പഠിക്കാനും കൂടുതൽ മാർക്കുകൾ വാങ്ങാനും ടീച്ചറുടെ നിരന്തരമായ പ്രചോദനം എന്നും എനിക്ക് കിട്ടിക്കൊണ്ടിരുന്നു. സുഭദ്ര ടീച്ചറുടെ ക്ലാസ്സിലൊരിക്കലും ഇരിക്കാനുള്ള ഭാഗ്യം എനിക്കുണ്ടായിട്ടില്ലെങ്കിലും "നിന്റെ ടീച്ചർ ആരാ?" എന്ന ചോദ്യത്തിന് എന്റെ ഉത്തരം, "സുഭദ്ര ടീച്ചർ" എന്ന് മാത്രമായിരുന്നു.

ചെറുപ്പകാലത്തു ഞങ്ങളുടെ ഗ്രാമത്തിൽ ഒരു 'അപ്പൂപ്പൻ' ഉണ്ടായിരുന്നു. എന്റെ 'വിമാന അപ്പൂപ്പൻ' നിരക്ഷരനായ 90 വയസ്സുള്ള ഒരു കർഷകത്തൊഴിലാളി ആയിരുന്നു. ഒരിക്കൽ അദ്ദേഹം കൊച്ചി തുറമുഖത്ത് കയർ നിറച്ച കെട്ടുവള്ളവും ഊന്നി പോയി. അന്ന് ഒരു വിമാനം ശരിക്കും കണ്ടതായി അദ്ദേഹം അവകാശപ്പെടാറുണ്ടായിരുന്നു. അന്നു മുതൽ അദ്ദേഹം വിമാനങ്ങളുടെ കടുത്ത ആരാധകനായി മാറി. ചുരുങ്ങിയ സമയത്തിനുള്ളിൽ അദ്ദേഹം വിമാനത്തെക്കുറിച്ചറിയുന്ന ഗ്രാമത്തിലെ വിജ്ഞാനകോശവുമായി, കാരണം ഗ്രാമത്തിൽ വിമാനം നേരിൽ കണ്ടിട്ടുണ്ടായിരുന്ന ഒരേയൊരു വ്യക്തി അദ്ദേഹമായിരുന്നു.

അക്കാലത്ത് ഏകദേശം നാലു മണിക്ക് ഞങ്ങളുടെ ഗ്രാമത്തിന് മുകളിലൂടെ കൊച്ചിയിൽ നിന്ന് മുംബൈയിലേക്ക് ഒരു വിമാനം പറക്കാറുണ്ടായിരുന്നു. എനിക്കന്ന് അഞ്ചു വയസ്സിൽ താഴെയാണ് പ്രായം. എന്റെ പ്രായത്തിലുള്ള എല്ലാ കുട്ടികളും നാലുമണിക്ക് വിമാന അപ്പൂപ്പന്റെ ഓല മേഞ്ഞ കുടിലിനു ചുറ്റും ഒത്തുകൂടുമായിരുന്നു. വിമാനത്തിന്റെ ഇരമ്പൽ അടുത്തടുത്ത് വന്ന് തെങ്ങോലകൾക്കിടയിലൂടെ ഗോചരമാവുമ്പോൾ ഞങ്ങൾ കൈകൾ വീശി സന്തോഷാധിക്യംകൊണ്ട് തുള്ളിച്ചാടാറുണ്ടായിരുന്നു. വിമാനം കാഴ്ചയിൽനിന്ന് മറഞ്ഞതിനുശേഷം, വിമാനത്തെക്കുറിച്ച് അറിയാവുന്നതെല്ലാം അപ്പൂപ്പൻ ഞങ്ങളുമായി പങ്കു

വെച്ച് പോന്നു. സന്ധ്യാസമയത്തെ സൂര്യന്റെ രശ്മികളേറ്റ് സ്വർണ്ണവർണ്ണത്തിൽ കാണപ്പെടാറുണ്ടായിരുന്ന വിമാനം നിർമ്മിച്ചിരുന്നത് തനി തങ്കംകൊണ്ടായിരുന്നു എന്ന് നിഷ്കളങ്കമായി അദ്ദേഹം പറഞ്ഞുതരുമായിരുന്നു. അദ്ദേഹം പറഞ്ഞുതന്നതെല്ലാം ഞങ്ങൾ അപ്പാടെ വിശ്വസിച്ചു.

ന്യൂസ്പേപ്പറുകൾ ഉപയോഗിച്ച് വിമാനം നിർമ്മിക്കാൻ അദ്ദേഹം ഞങ്ങളെ പഠിപ്പിച്ചിരുന്നു. ഒരു ദിവസം ഞങ്ങളെ എല്ലാവരെയും കൂട്ടി കൊച്ചിക്കു പോയി വിമാനത്തിൽ കയറ്റി നീലാകാശത്തിൽ മേഘങ്ങൾക്ക് മുകളിലൂടെ കൊണ്ടു പോകാമെന്ന് വിമാന അപ്പൂപ്പൻ സത്യം ചെയ്തിരുന്നു. അതിനുള്ള പണം സ്വരൂപിക്കാൻ നന്നായി പഠിച്ചുമിടുക്കന്മാരായി വല്ല്യേ ഉദ്യോഗത്തിൽ കയറണമെന്നും കുട്ടികളായ ഞങ്ങളെ അദ്ദേഹം കച്ചകെട്ടി. ഞങ്ങളിൽ സാങ്കേതിക വിദ്യാഭ്യാസത്തിന്റെ വിത്ത് പാകിയത് നിരക്ഷരനായ ഈ വിമാന അപ്പൂപ്പനായിരുന്നു. എനിക്ക് ഏകദേശം ആറ് വയസ്സുള്ളപ്പോൾ, ഒരു വിമാനത്തിൽ കയറി ഒറ്റയ്ക്ക് ഞങ്ങളുടെ വിമാന അപ്പൂപ്പൻ സ്വർഗ്ഗത്തിലേക്ക് യാത്രയായി. ഞങ്ങൾ അന്ന് അങ്ങനെ ത്തന്നെയാണ് വിശ്വസിച്ചത്. അതിനുശേഷം വിമാന അപ്പൂപ്പൻ പൂർണമായും വിസ്മൃതിയിലാണ്ടുപോയി.

ഏകദേശം ഇരുപതു വർഷങ്ങൾക്കുശേഷം ഔദ്യോഗിക യാത്രയുടെ ഭാഗമായി മുംബൈയിൽനിന്ന് അഹമ്മദാബാദിലേക്ക് ഞാനാദ്യമായി വിമാനം കയറിയപ്പോൾ പെട്ടെന്ന് വിമാന അപ്പൂപ്പനെക്കുറിച്ചുള്ള ഓർമ്മകൾ മനസ്സിലൂടെ മിന്നിമറഞ്ഞു. എന്റെ തൊട്ടടുത്ത സീറ്റിൽ പല്ലില്ലാത്ത ചിരിയുമായി അദ്ദേഹം എന്നോടൊപ്പം യാത്ര ചെയ്യുന്നതായി തോന്നി. എന്തെന്നറിയാത്ത വികാര വിസ്ഫോടനങ്ങളുടെ പ്രവാഹത്തിൽ രണ്ടു തുള്ളി കണ്ണുനീർ എന്റെ കവിളിലൂടെ ഒഴുകിയെത്തിയത് ഞാനറിഞ്ഞു. ഞാനിപ്പോൾ സാങ്കേതികമായി എത്ര അറിവ് നേടിയിട്ടുണ്ടായാലും അതിന്റെ വിത്ത് പാകിയത് ഞങ്ങളുടെ വിമാന അപ്പൂപ്പനാണ്. അദ്ധ്യാപകനാവാൻ, കട്ടിയുള്ള കണ്ണടയും ബിരുദങ്ങളും ബിരുദാനന്തര ബിരുദങ്ങളും ഒന്നും ആവശ്യമില്ല. ഒരു നിരക്ഷരനുപോലും അറിവും വിജ്ഞാനകൗതുകവും പകർന്നു തരാൻ കഴിയും.

ജീവിതത്തിലെ എന്റെ എല്ലാ അദ്ധ്യാപകരെയും ആദരപൂർവ്വം സ്മരിച്ചുകൊണ്ട് ഈ ഓർമ്മക്കുറിപ്പുകൾ ഞാൻ വായനക്കാർക്ക് സമർപ്പിക്കുന്നു. അനുഗ്രഹിക്കുക.

■